ANG PAGNANASA PRUTAS AKLAT NG LUTUIN

100 Masarap na Recipe at Malikhaing Ideya para sa Pagluluto gamit ang Bunga Ng Pagnanasa

Olga Calvo

Copyright Material ©2023

Lahat ng Karapatan ay Nakalaan

Walang bahagi ng aklat na ito ang maaaring gamitin o ipadala sa anumang anyo o sa anumang paraan nang walang wastong nakasulat na pahintulot ng publisher at may-ari ng copyright, maliban sa mga maikling sipi na ginamit sa isang pagsusuri. Ang aklat na ito ay hindi dapat ituring na kapalit ng medikal, legal, o iba pang propesyonal na payo.

TALAAN NG MGA NILALAMAN

TALAAN NG MGA NILALAMAN 3
PANIMULA 6
ALMUHAN AT BRUNCH 7
   1. Passionfruit Curd Donuts 8
   2. Passion Fruit Pancake 12
   3. Passion Fruit Yogurt Parfait 14
   4. Passion Fruit French Toast 16
   5. Passion Fruit Scones 18
   6. Passion Fruit Muffins 20
   7. Passion Fruit Crepes 22
   8. Passion Fruit Oat Squares 24
   9. Passion Fruit Deviled Eggs 26
   10. Passion Fruit Oatmeal 28
   11. Pink Passion Fruit Almusal Quinoa 30
   12. Passion Fruit Breakfast Bowl 32
MGA APETIZER AT MERYenda 34
   13. Passion Fruit Ceviche solero 35
   14. Hula Cookies 37
   15. Passion Fruit Bar 39
   16. Tahitian Coffee Bomb 42
   17. Passion Fruit Hummus 44
   18. Passion Fruit Bruschetta 46
   19. Passion Fruit Chicken Wings 48
   20. Passion Fruit Granola Bars 50
   21. Passion Fruit Shrimp Cocktail 52
   22. Passion Fruit Shrimp Skewers 54
   23. Passion Fruit Guacamole 56
   24. Passion Fruit Ham at Cheese Roll-Up 58
   25. Passion Fruit Caprese Skewers 60
   26. Passion Fruit at Prosciutto Crostini 62
   27. Passion Fruit Energy Balls 64
   28. Passion Fruit Yogurt Dip 66
PANGUNAHING PAGKAIN 68
   29. Dibdib ng Manok na may Passion Fruit Sauce 69
   30. Adobong Tuna na may Passion fruit 71
   31. Passion Fruit at Chicken Curry 73
   32. Passion Fruit Glazed Pork Tenderloin 75
   33. Passion Fruit Glazed Salmon 77
   34. Passion Fruit Shrimp Stir-Fry 79

35. Passion Fruit Tofu Stir-Fry 81
36. Passion Fruit Glazed Chicken Drumsticks 83
37. Passion Fruit Curry 85
38. Passion Fruit Beef Stir-Fry 87
39. Inihaw na Steak na may Passion Fruit Chimichurri 89
40. Passion Fruit Coconut Curry Shrimp 91

SALADS 93
41. Chicken, avocado, at papaya salad 94
42. Tropical Fruit Salad na may Passion Fruit Dressing 96
43. Spinach at Passion Fruit Salad 98
44. Avocado at Passion Fruit Salad 100
45. Quinoa at Passion Fruit Salad 102
46. Pakwan at Passion Fruit Salad 104
47. Mixed Greens at Passion Fruit Salad 106
48. Couscous at Passion Fruit Salad 108
49. Asian Noodle at Passion Fruit Salad 110
50. Arugula at Goat Cheese Salad na may Passion Fruit Vinaigrette 112
51. Caprese Salad na may Passion Fruit Balsamic Glaze 114

DESSERT 116
52. Coconut Panna Cotta na May Passion Fruit 117
53. Passion fruit mousse 120
54. Grapefruit passion curd pie 122
55. Saging at Passion Fruit Ice Cream 124
56. Peach at passion fruit swirl ice cream 126
57. Tropical Margarita Sorbet 128
58. Chocolate chip layer cake 130
59. No-Bake Passionfruit Cheesecake 133
60. Ricotta cheesecake na may passion fruit 136
61. Margarita creme na may mangga, at passion 138
62. Sables passion fruit raspberry 140
63. Passionfruit posset 142
64. Mango at Passionfruit Pavlova 144
65. New Zealand Kiwi pavlova 146
66. Tropical fruit pavlova 148
67. No-Bake Passion Fruit Cobbler 150
68. Passion Fruit Sorbet 152
69. Guava Passion Fruit Sorbet 154
70. Avocado–passion fruit sorbet 156

MGA CONDIMENTS 158
71. Passion fruit caramel sauce 159
72. Grapefruit passion curd 161

73. Passion fruit curd 164
74. Passion Fruit Salsa 166
75. Passion Fruit Guacamole 168
76. Passion Fruit Jam 170
77. Passion Fruit Butter 172
78. Passion Fruit Vinaigrette 174
79. Passion Fruit Hot Sauce 176
80. Passion Fruit Mayonnaise 178
81. Passion Fruit BBQ Sauce 180
82. Passion Fruit Aioli 182
83. Passion Fruit Chutney 184
84. Passion Fruit Mustard 186

MGA COCKTAIL AT MOCKTAIL 188
85. Passion Fruit Boba Tea 189
86. Passion fruit tubig yelo 191
87. Palamig ng Passion Fruit 193
88. Kalmadong Paglalayag 195
89. Butterfly Pea at Yellow citronade 197
90. Passion Fruit At Mace Mocktail 199
91. Colombiana 201
92. Fruited herbal iced tea 203
93. Passion fruit-mint iced tea 205
94. Baccarat Rouge 207
95. Berry Tutti-frutti 209
96. Passion fruit Brandywine 212
97. Passion Fruit Mojito 214
98. Passion Fruit Espresso Sour 216
99. Passion Fruit Piña Colada 218
100. Passion Fruit Lemonade 220

KONGKLUSYON 222

PANIMULA

Ang passion fruit ay isang kakaiba at kakaibang prutas na puno ng lasa at sustansya. Sa tangy at matamis nitong lasa, perpekto itong gamitin sa iba't ibang pagkain, mula sa mga dessert hanggang sa malalasang pagkain. Sa cookbook na ito, tutuklasin namin ang versatility ng passion fruit at bibigyan ka ng hanay ng mga recipe at malikhaing ideya para sa pagluluto gamit ito.

Isa ka mang batikang chef o baguhan sa kusina, makakakita ka ng maraming inspirasyon sa mga susunod na pahina. Mula sa mga klasikong pagkain tulad ng passion fruit sorbet at cheesecake hanggang sa mas makabagong mga recipe tulad ng passion fruit glazed chicken at shrimp ceviche, mayroong isang bagay para sa lahat upang tamasahin. Kaya, maghanda upang galugarin ang mundo ng passion fruit at hayaang lumipad ang iyong panlasa!

ALMUHAN AT BRUNCH

1. Passionfruit Curd Donuts

MGA INGREDIENTS:
PARA SA PASSIONFRUIT CURD
- ½ tasa ng butil na asukal
- 3 malalaking pula ng itlog
- ¼ tasa ng passionfruit puree
- 2 kutsarang sariwang kinatas na lemon juice
- ½ tasa ng malamig na unsalted butter, cubed

PARA SA MGA DONUTS
- ¾ tasa ng buong gatas
- 2 malalaking itlog
- 2 malaking pula ng itlog
- 3 ½ tasang all-purpose na harina
- ¼ tasa kasama ang 1 tasa ng butil na asukal, hinati
- 2 ¼ kutsarita (1 pakete) instant yeast
- 1 kutsarita kosher salt
- 6 tablespoons unsalted butter, cubed
- langis ng gulay, para sa Pagprito

MGA TAGUBILIN:
PARA SA PASSIONFRUIT CURD
a) Sa isang medium heavy-bottomed pot, haluin ang ½ tasa ng granulated sugar at 3 malalaking pula ng itlog hanggang sa maayos na pagsamahin at magkaroon ka ng homogenous na maputlang dilaw na timpla.
b) Ihalo ang ¼ cup passionfruit at 2 kutsarang sariwang lemon juice hanggang sa matunaw ang timpla at ilagay ang kaldero sa katamtamang init.
c) Magluto, patuloy na hinahalo gamit ang isang kahoy na kutsara hanggang ang timpla ay sapat na makapal upang mabalot ang likod ng isang kutsara, 8 hanggang 10 minuto, at magrerehistro ng 160 (F) sa isang instant-read thermometer.
d) Kapag ang timpla ay nagrerehistro ng 160 (F), alisin mula sa init at haluin sa ½ tasa cubed unsalted butter, isang pares ng mga cube sa isang pagkakataon, nagdaragdag lamang ng higit pa kapag ang nakaraang mga cube ay ganap na pinagsama.
e) Kapag naidagdag na ang lahat ng mantikilya, gumamit ng fine-mesh sieve upang salain ang curd sa isang maliit na mangkok na salamin.

f) Takpan ng plastic wrap, direktang idiin ang plastic sa ibabaw ng curd upang maiwasan ang pagbuo ng balat.

g) Palamigin hanggang sa lumamig at itakda, hindi bababa sa 2 hanggang 3 oras (ngunit mas mabuti sa magdamag). Ang curd ay nananatili sa isang selyadong garapon na salamin sa refrigerator sa loob ng hanggang 2 linggo.

PARA SA MGA DONUTS

h) Upang ihanda ang kuwarta, magdala ng ¾ tasa ng buong gatas hanggang sa kumulo sa katamtamang init sa isang maliit na kaldero. Panoorin nang mabuti upang matiyak na ang gatas ay hindi kumulo. Ibuhos ang gatas sa isang tasa ng pagsukat ng likido at hayaan itong lumamig sa pagitan ng 105 (F) at 110 (F). Kapag lumamig na ang gatas, magdagdag ng 2 malalaking itlog at 2 malalaking pula ng itlog sa gatas at malumanay na haluin upang pagsamahin.

i) Sa mangkok ng isang freestanding mixer na nilagyan ng paddle attachment, pagsamahin ang 3 ½ tasang all-purpose na harina, ¼ tasa ng granulated sugar, 2 ¼ kutsarita ng instant yeast, at isang kutsaritang kosher salt. Idagdag ang pinaghalong gatas at ihalo lamang hanggang sa pinagsama.

j) Lumipat sa dough hook at masahin ang kuwarta sa mababang bilis, para sa mga 3 minuto. Ang masa ay magmumukhang malagkit, ngunit ayos lang. Magdagdag ng 6 na kutsarang unsalted butter, isang kubo o dalawa sa isang pagkakataon. Kung ang mantikilya ay hindi kasama, alisin ang mangkok mula sa panghalo at masahin ang mantikilya gamit ang iyong mga kamay sa loob ng isang minuto upang makapagsimula. Ituloy mo lang ang pagdagdag at pagmamasa hanggang sa maayos itong pinagsama.

k) Kapag ang mantikilya ay inkorporada, dagdagan ang bilis ng panghalo sa katamtaman at masahin ang kuwarta para sa isa pang ilang minuto hanggang ang kuwarta ay makinis at nababanat.

l) Ilipat ang kuwarta sa katamtamang mangkok na bahagyang pinahiran, takpan ng plastic wrap, at palamigin nang hindi bababa sa tatlong oras, ngunit mas mabuti sa magdamag.

m) Kapag lumamig na ang kuwarta, lagyan ng parchment paper ang dalawang baking sheet. I-spray nang husto ang parchment paper gamit ang cooking spray.

n) Ilagay ang malamig na masa sa isang bahagyang pinaglagyan ng harina na ibabaw ng trabaho at igulong ito sa isang magaspang na siyam na 13 pulgadang parihaba na humigit-kumulang ½ pulgada ang kapal. Gumamit ng 3 ½-inch cookie cutter upang gupitin ang 12 dough round at itakda ang mga ito sa inihandang mga sheet.

o) Pagwiwisik ng bahagyang pag-aalis ng alikabok ng harina sa ibabaw ng bawat bilog na kuwarta at bahagyang takpan ang mga ito ng plastic wrap.

p) Ilagay sa isang mainit na lugar upang patunayan hanggang sa ang masa ay pumutok at bumabalik nang dahan-dahan kapag pinindot nang marahan nang humigit-kumulang isang oras.

q) Kapag handa ka nang iprito ang mga donut, lagyan ng mga tuwalya ng papel ang wire rack. Maglagay ng 1 tasang granulated sugar sa isang medium bowl. Magdagdag ng langis ng gulay sa isang daluyan, mabigat na ilalim na palayok hanggang sa magkaroon ka ng halos dalawang pulgada ng mantika.

r) Maglakip ng thermometer ng kendi sa gilid ng palayok at painitin ang mantika sa 375 (F). Maingat na magdagdag ng 1 hanggang 2 donut sa mantika at iprito ang mga ito hanggang sa ginintuang kayumanggi, mga 1 hanggang 2 minuto bawat panig.

s) Gumamit ng slotted na kutsara upang isdain ang mga donut mula sa mantika at ilipat ang mga ito sa inihandang wire rack. Pagkatapos ng mga 1 o 2 minuto, kapag ang donut ay sapat na upang mahawakan, ihagis ang mga ito sa mangkok ng butil na asukal hanggang sa mabalot. Ulitin sa natitirang kuwarta.

t) Upang punuin ang mga donut, gamitin ang Bismarck pastry tip (o ang hawakan ng isang kahoy na kutsara) upang butasin ang isang gilid ng bawat isa, siguraduhing hindi dumaan sa kabilang panig. Punan ang pastry bag ng maliit na bilog na tip (o Bismarck donut tip, kung gusto mo) ng passionfruit curd. Ipasok ang dulo ng pastry bag sa butas at dahan-dahang pisilin upang mapuno ang bawat donut. Ihain ang anumang labis na curd sa gilid bilang isang dipping sauce (ito rin ay mahusay na gumagana sa mga waffles!). Ang mga donut ay ang pinakamahusay sa araw na sila ay ginawa.

2. Mga Passion Fruit Pancake

MGA INGREDIENTS:
- 1 ½ tasang all-purpose na harina
- 3 ½ kutsarita ng baking powder
- 1 kutsarang asukal
- ¼ kutsarita asin
- 1 ¼ tasa ng gatas
- 1 itlog
- 3 kutsarang tinunaw na mantikilya
- ¼ tasa ng passion fruit pulp

MGA TAGUBILIN:

a) Sa isang malaking mangkok ng paghahalo, pagsamahin ang harina, baking powder, asukal, at asin.

b) Sa isang hiwalay na mangkok, haluin ang gatas, itlog, tinunaw na mantikilya, at passion fruit pulp.

c) Idagdag ang mga basang sangkap sa mga tuyong sangkap at ihalo hanggang sa pagsamahin lamang.

d) Magpainit ng nonstick skillet sa katamtamang init.

e) Gumamit ng ¼ cup measure para ibuhos ang batter sa kawali.

f) Lutuin ang mga pancake hanggang sa mabuo ang mga bula sa ibabaw, pagkatapos ay i-flip at lutuin hanggang sa maging golden brown ang kabilang panig.

g) Ihain na may kasamang mantikilya, syrup, at karagdagang passion fruit pulp.

3. Passion Fruit Yogurt Parfait

MGA INGREDIENTS:
- 2 tasang plain Greek yogurt
- ½ tasa ng passion fruit pulp
- ¼ tasang pulot
- 1 tasang granola

MGA TAGUBILIN:
a) Sa isang mixing bowl, pagsamahin ang Greek yogurt, passion fruit pulp, at honey.
b) Ilagay ang pinaghalong yogurt at granola sa isang baso o garapon.
c) Itaas na may karagdagang passion fruit pulp at granola.
d) Ihain kaagad.

4. Passion Fruit French Toast

MGA INGREDIENTS:
- 8 hiwa ng tinapay
- 4 na itlog
- ½ tasa ng gatas
- ¼ tasa ng passion fruit pulp
- 2 kutsarang mantikilya
- May pulbos na asukal, para sa paghahatid

MGA TAGUBILIN:

a) Sa isang mababaw na ulam, haluin ang mga itlog, gatas, at pulp ng passion fruit.

b) Mag-init ng nonstick skillet sa katamtamang init at matunaw ang 1 kutsarang mantikilya.

c) Isawsaw ang bawat hiwa ng tinapay sa pinaghalong itlog, pahiran ang magkabilang panig.

d) Lutuin ang tinapay sa kawali hanggang sa ginintuang kayumanggi sa magkabilang panig.

e) Ulitin sa natitirang mga hiwa ng tinapay, pagdaragdag ng higit pang mantikilya kung kinakailangan.

f) Ihain na may kasamang powdered sugar at karagdagang passion fruit pulp.

5. Passion Fruit Scones

MGA INGREDIENTS:
- 2 tasang all-purpose na harina
- ⅓ tasang asukal
- 1 kutsarang baking powder
- ½ kutsarita asin
- ½ tasa ng unsalted butter, pinalamig at cubed
- ⅔ tasa ng passion fruit pulp
- ½ tasa ng mabigat na cream

MGA TAGUBILIN:
a) Painitin muna ang oven sa 400°F.
b) Sa isang mangkok ng paghahalo, pagsamahin ang harina, asukal, baking powder, at asin.
c) Idagdag ang pinalamig na mantikilya at gumamit ng pastry blender o ang iyong mga kamay upang gupitin ang mantikilya sa mga tuyong sangkap hanggang sa gumuho ang timpla.
d) Idagdag ang pulp ng passion fruit at mabigat na cream, haluin hanggang sa magsama ang kuwarta.
e) Ilabas ang kuwarta sa ibabaw ng floured at i-pat ito sa isang bilog.
f) Gupitin ang kuwarta sa 8 wedges
g) Ilagay ang mga scone sa isang baking sheet na nilagyan ng parchment paper.
h) Maghurno para sa 18-20 minuto o hanggang sa ginintuang kayumanggi.
i) Ihain nang mainit na may kasamang mantikilya at karagdagang passion fruit pulp.

6. Passion Fruit Muffins

MGA INGREDIENTS:
- 2 tasang all-purpose na harina
- 2 kutsarita ng baking powder
- ½ kutsarita asin
- ½ tasa ng unsalted butter, pinalambot
- 1 tasang asukal
- 2 itlog
- ½ tasa ng passion fruit pulp
- ½ tasa ng gatas
- 1 kutsarita vanilla extract

MGA TAGUBILIN:
a) Painitin muna ang oven sa 375°F.
b) Sa isang mixing bowl, haluin ang harina, baking powder, at asin.
c) Sa isang hiwalay na mangkok, pagsamahin ang mantikilya at asukal hanggang sa magaan at malambot.
d) Talunin ang mga itlog, isa-isa, na sinusundan ng pulp ng passion fruit.
e) Dahan-dahang idagdag ang mga tuyong sangkap sa basang timpla, na kahalili ng gatas.
f) Ihalo ang vanilla extract.
g) Ilagay ang batter sa isang muffin tin na nilagyan ng mga paper liner.
h) Maghurno ng 18-20 minuto o hanggang sa malinis na lumabas ang isang toothpick na ipinasok sa gitna.
i) Ihain nang mainit.

7. Passion Fruit Crepes

MGA INGREDIENTS:
- 1 tasang all-purpose na harina
- 2 itlog
- ½ tasa ng gatas
- ½ tasa ng tubig
- 2 kutsarang asukal
- ¼ kutsarita asin
- ¼ tasa ng unsalted butter, natunaw
- ½ tasa ng passion fruit pulp

MGA TAGUBILIN:

a) Sa isang mangkok ng paghahalo, haluin ang harina, itlog, gatas, tubig, asukal, at asin hanggang sa makinis.

b) Haluin ang tinunaw na mantikilya at passion fruit pulp.

c) Magpainit ng nonstick skillet sa katamtamang init.

d) Ibuhos ang ¼ tasa ng batter sa kawali at paikutin ito hanggang sa masakop nito ang ilalim ng kawali.

e) Lutuin ang crepe hanggang magsimulang umangat ang mga gilid at matuyo ang ibabaw, pagkatapos ay i-flip at lutuin ng isa pang 10-15 segundo.

f) Ulitin sa natitirang batter, i-stack ang mga nilutong crepes sa isang plato.

g) Ihain na may karagdagang passion fruit pulp at whipped cream, kung ninanais.

8. Passion Fruit Oat Squares

MGA INGREDIENTS:
- 1 ½ tasang all-purpose na harina
- 1 tasang rolled oats
- ½ tasa ng brown sugar
- ½ kutsarita asin
- ½ tasa ng unsalted butter, natunaw
- ½ tasa ng passion fruit pulp
- ¼ tasang pulot

MGA TAGUBILIN:
a) Painitin muna ang oven sa 350°F.
b) Sa isang mixing bowl, pagsamahin ang harina, oats, brown sugar, at asin.
c) Idagdag ang tinunaw na mantikilya, passion fruit pulp, at honey, haluin hanggang ang timpla ay gumuho.
d) Pindutin ang pinaghalong sa isang 9-inch square baking dish.
e) Maghurno para sa 25-30 minuto o hanggang sa ginintuang kayumanggi.
f) Palamigin bago hiwain sa mga bar.
g) Ihain bilang almusal o meryenda ng brunch.

9. Passion Fruit Deviled Egg

MGA INGREDIENTS:
- 6 hard-boiled na itlog, binalatan at hinati
- ¼ tasa ng mayonesa
- 1 kutsarang Dijon mustard
- ¼ tasa ng passion fruit pulp
- Asin at paminta para lumasa
- Tinadtad na chives para sa dekorasyon

MGA TAGUBILIN:
a) Sa isang mangkok, ihalo ang mga pula ng itlog, mayonesa, Dijon mustard, passion fruit pulp, asin, at paminta hanggang makinis.
b) Ibuhos ang halo sa mga kalahating puti ng itlog.
c) Budburan ng tinadtad na chives.
d) Palamigin sa refrigerator ng hindi bababa sa 30 minuto bago ihain.

10. Passion Fruit Oatmeal

MGA INGREDIENTS:
1 tasang rolled oats
2 tasang tubig
Kurot ng asin
2 passion fruits
2 kutsarang pulot
Hiniwang almond o ginutay-gutay na niyog para sa topping (opsyonal)

MGA TAGUBILIN:
Sa isang kasirola, pakuluan ang tubig.
Magdagdag ng mga rolled oats at asin, bawasan ang init, at kumulo ng mga 5 minuto, pagpapakilos paminsan-minsan.
Gupitin ang mga passion fruit sa kalahati at i-scoop ang pulp.
Haluin ang pulp ng passion fruit sa nilutong oatmeal.
Patamisin ng pulot at haluing mabuti.
Alisin mula sa init at hayaan itong umupo ng isang minuto.
Ihain ang oatmeal na mainit, na nilagyan ng hiniwang almond o ginutay-gutay na niyog kung ninanais.

11. Pink Passion Fruit Almusal Quinoa

MGA INGREDIENTS:
- 1 tasang pulang quinoa
- 1 dilaw na paminta
- 1 passion fruit
- 3 kutsarang balsamic vinegar
- 1 kutsarita ng asukal sa niyog

MGA TAGUBILIN:
a) Banlawan ang pulang quinoa nang lubusan sa ilalim ng tubig na umaagos upang alisin ang anumang kapaitan.
b) Sa isang medium-sized na kasirola, pagsamahin ang binanlawan na quinoa sa 2 tasa ng tubig. Dalhin ito sa isang pigsa.
c) Kapag nagsimula na itong kumulo, bawasan ang apoy sa mababang, takpan ang kasirola, at hayaang kumulo ang quinoa nang mga 15-20 minuto o hanggang sa masipsip ang tubig at lumambot ang quinoa. Itabi ito.
d) Habang nagluluto ang quinoa, ihanda ang iba pang mga sangkap. Hatiin ang dilaw na paminta sa maliliit na piraso.
e) Hatiin ang passion fruit sa kalahati at i-scoop ang mga buto at pulp sa isang maliit na mangkok.
f) Sa isang hiwalay na maliit na mangkok, haluin ang balsamic vinegar at coconut sugar hanggang sa matunaw ang asukal.
g) Kapag luto na ang quinoa, ilipat ito sa isang serving bowl.
h) Idagdag ang diced yellow bell pepper at ang passion fruit seeds at pulp sa quinoa.
i) Ibuhos ang balsamic vinegar at coconut sugar mixture sa quinoa at dahan-dahang ihalo ang lahat hanggang sa maayos na pagsamahin.
j) Tikman at ayusin ang pampalasa kung kinakailangan.
k) Ihain ang Passion Fruit Breakfast Quinoa nang mainit o sa temperatura ng kuwarto.

12. Passion Fruit Breakfast Bowl

MGA INGREDIENTS:
1 tasa plain Greek yogurt
1/2 tasa ng granola
1 saging, hiniwa
1 passion fruit
1 kutsarang pulot

MGA TAGUBILIN:
Sa isang mangkok, i-layer ang Greek yogurt, granola, at mga hiwa ng saging.
Gupitin ang passion fruit sa kalahati at i-scoop ang pulp.
Ilagay ang pulp ng passion fruit sa ibabaw ng mangkok.
Pahiran ng pulot para sa sobrang tamis.
Paghaluin ang lahat ng sangkap bago tangkilikin.

MGA APETIZER AT MERYenda

13. Passion Fruit Ceviche solero

MGA INGREDIENTS:
- 1 libra Hipon; nilinis, binalatan, at pinutol
- 1-pound Snapper fillet; binalatan at pinutol
- 1 kutsarang Olive oil
- 1 kutsarang sariwang orange juice
- 1 kutsarang Puting suka
- ½ tasa sariwang katas ng kalamansi
- 1 kutsarang Bawang; tinadtad
- 1 kutsarang pulang sibuyas; tinadtad
- 4 ounces Diced red bell pepper (mga 3/8 cup)
- 1 Jalapeño; diced
- 1 kurot ng Ground cumin
- 1 kutsarita ng Asin
- 1 kutsarang tinadtad na dahon ng cilantro
- 2 kutsarang Passion fruit purée

MGA TAGUBILIN:
a) Magluto ng hipon, sa kumukulong tubig upang takpan, sa loob ng 1 minuto. Salain at palamigin, natatakpan, hanggang sa pinalamig.
b) Pagsamahin ang mga snapper cube, mantika, orange juice, suka, katas ng kalamansi, bawang, sibuyas, bell pepper, jalapeño, cumin, asin, cilantro, at passion fruit purée sa isang malaking mangkok. Magdagdag ng hipon; takpan at i-marinate sa refrigerator ng hindi bababa sa 6 na oras.
c) Ihain sa mga piraso ng endive o lettuce na pinalamutian ng mga piraso ng paminta at mga hiwa ng dayap.

14. Hula Cookies

MGA INGREDIENTS:
- 2½ tasang all-purpose na harina
- ½ kutsarita ng baking powder
- 1 tasang vegan margarine
- 1 tasang asukal
- 1½ kutsarita ng egg replacer na hinalo sa 2 kutsarang tubig
- 2 kutsarita purong vanilla extract
- jam ng passion fruit

MGA TAGUBILIN:
a) Painitin muna ang oven sa 300°F. Sa isang medium na mangkok, pagsamahin ang harina at baking powder at ihalo nang mabuti. Itabi.
b) Sa isang malaking mangkok, paghaluin ang margarine at asukal gamit ang isang electric mixer hanggang sa liwanag at malambot. Idagdag ang egg replacer at vanilla at talunin sa medium hanggang makinis.
c) Idagdag ang mga tuyong sangkap sa mga basang sangkap at talunin nang mahina hanggang sa lubusang pinagsama. Ang kuwarta ay dapat na matatag.
d) I-scoop ang kuwarta, 1 kutsara sa isang pagkakataon, at igulong ito sa mga bola.
e) Ilagay ang dough balls sa ungreased baking sheets, mga 1 pulgada ang pagitan.
f) Gumamit ng hinlalaki o likod na dulo ng 1/4 kutsarita na pansukat na kutsara upang gumawa ng indentasyon sa gitna ng bawat bola ng kuwarta.
g) Maglagay ng 1/4 kutsarita ng jam sa bawat indentation. Maghurno hanggang sa ginintuang kayumanggi, 22 hanggang 24 minuto.
h) Palamigin sa baking sheet sa loob ng 5 minuto bago alisin sa wire rack upang ganap na lumamig. Mag-imbak sa isang lalagyan ng airtight.

15. Mga Passion Fruit Bar

MGA INGREDIENTS:
PARA SA CRUST:
- 8 ounces unsalted butter, natunaw at bahagyang pinalamig
- ½ tasa ng butil na asukal
- 2 kutsarita ng vanilla extract
- ½ kutsarita ng asin
- 2 tasang onsa ng all-purpose na harina

PARA SA PAGPUPUNO:
- 8 malalaking itlog
- 2 ⅓ tasa ng granulated sugar
- 1 ½ tasang passion fruit puree
- ½ tasa ng all-purpose na harina

MGA TAGUBILIN:
PARA GAWIN ANG CRUSS:
a) Painitin muna ang oven sa 350 degrees Fahrenheit. Lagyan ng foil ang isang 9x13 na kawali upang lumawak ito sa mga gilid, at i-spray ang foil ng nonstick cooking spray.
b) Sa isang mangkok, haluin ang tinunaw na mantikilya, asukal, banilya, at asin. Kapag nahalo, ilagay ang harina at haluin gamit ang isang spatula hanggang sa pinagsama at walang natitira pang guhit ng harina. I-scrape ang kuwarta sa kawali at pindutin ito sa pantay na layer. Maaaring mukhang medyo madulas—normal ito.
c) Ihurno ang crust sa loob ng 25-30 minuto sa 350 F, hanggang sa ito ay ginintuang kayumanggi sa itaas. Habang ang crust ay nagluluto, ihanda ang pagpuno upang ito ay handa na upang pumunta sa sandaling ang crust ay tapos na.

PARA GUMAGAWA ANG PAGPUPUNO:
d) Sa isang malaking mangkok, haluin ang mga itlog, granulated sugar, at passion fruit puree. Salain ang harina sa ibabaw ng pinaghalong itlog, at haluin din ito.
e) Kapag ang pagpuno ay tapos na sa pagluluto, i-slide ang rack nang bahaging palabas sa oven. Ibuhos ang pagpuno sa mainit na crust at i-slide ito pabalik sa oven. Bawasan ang temperatura sa 325 F at maghurno ng 25-30 minuto. Ito ay tapos na kapag ang gitna ay halos hindi gumagalaw kapag tinapik mo ang kawali.
f) Kapag tapos na, alisin ang kawali mula sa oven at hayaan itong lumamig hanggang sa umabot sa temperatura ng silid. Para sa pinakamalinis na hiwa, palamigin ang mga bar at gupitin ang mga ito kapag ganap na malamig. Upang i-cut, alisin ang mga bar mula sa kawali gamit ang foil bilang mga hawakan. Gumamit ng isang malaking matalim na kutsilyo ng chef at punasan ito ng madalas sa pagitan ng mga hiwa. Budburan ang tuktok na may pulbos na asukal bago ihain. Mag-imbak ng mga Passion Fruit Bar sa isang lalagyan ng airtight sa refrigerator nang hanggang isang linggo.

16. Tahitian Coffee Bomb

MGA INGREDIENTS:
- 2 onsa ng katas ng kalamansi
- 1 tasang baking soda
- ¼ tasa ng simpleng syrup
- ¼ tasa ng passion fruit purée
- 2 onsa malamig na brew concentrate
- 3 ounces honey syrup
- Tubig
- 2 ounces bayabas purée
- ½ tasa ng sitriko acid
- 2 onsa ng orange juice
- 1 tasang Superfine sugar
- 5g gum acacia

MGA TAGUBILIN:
a) Sukatin ang lahat ng sangkap sa isang mangkok.
b) Gawin ang pinaghalong gamit ang iyong mga kamay hanggang sa magkaroon ito ng mabuhangin na texture.
c) Bumuo ng timpla sa mga bola at ilagay sa isang hulma upang itakda.
d) Alisin ang amag, pagkatapos ay iimbak sa refrigerator o sa counter sa isang lalagyan ng airtight.

17. Passion Fruit Hummus

MGA INGREDIENTS:
- 1 lata ng chickpeas, pinatuyo at binanlawan
- ¼ tasa tahini
- ¼ tasa ng passion fruit pulp
- 2 cloves ng bawang, tinadtad
- ¼ tasa ng langis ng oliba
- Asin at paminta para lumasa

MGA TAGUBILIN:
a) Sa isang food processor, pagsamahin ang chickpeas, tahini, passion fruit pulp, bawang, olive oil, asin, at paminta.
b) Iproseso hanggang makinis at mag-atas.
c) Palamigin sa refrigerator ng hindi bababa sa 30 minuto bago ihain.
d) Ihain kasama ng pita chips o sariwang gulay.

18. Passion Fruit Bruschetta

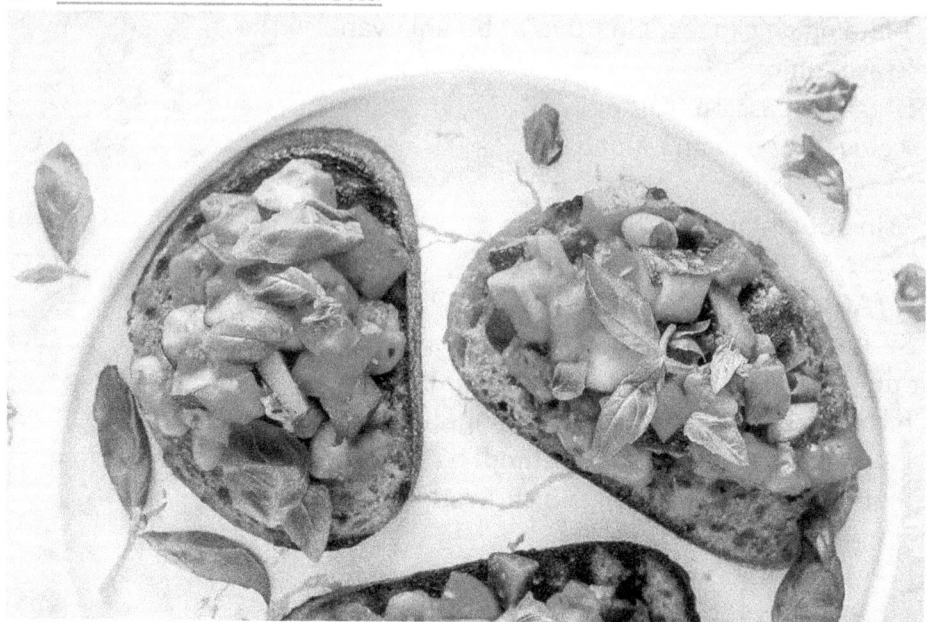

MGA INGREDIENTS:
- 1 baguette, hiniwa
- ¼ tasa ng langis ng oliba
- 2 sibuyas ng bawang, tinadtad
- 1 tasang cherry tomatoes, diced
- ¼ tasa ng diced pulang sibuyas
- ¼ tasa tinadtad sariwang balanoy
- ¼ tasa ng passion fruit pulp
- Asin at paminta para lumasa

MGA TAGUBILIN:
a) Painitin muna ang oven sa 350°F.
b) Ayusin ang mga hiwa ng baguette sa isang baking sheet.
c) Sa isang maliit na mangkok, paghaluin ang langis ng oliba at tinadtad na bawang.
d) I-brush ang mga hiwa ng baguette gamit ang langis ng bawang.
e) Maghurno para sa 5-7 minuto o hanggang bahagyang toasted.
f) Sa isang hiwalay na mangkok, paghaluin ang mga diced na kamatis, pulang sibuyas, basil, passion fruit pulp, asin, at paminta.
g) Kutsara ang pinaghalong kamatis sa mga hiwa ng toasted baguette.
h) Ihain kaagad.

19. Passion Fruit Chicken Wings

MGA INGREDIENTS:
- 2 libra ng pakpak ng manok
- ¼ tasa ng passion fruit pulp
- ¼ tasang pulot
- 2 kutsarang toyo
- 2 cloves ng bawang, tinadtad
- 1 kutsarita gadgad sariwang luya
- Asin at paminta para lumasa

MGA TAGUBILIN:
a) Painitin muna ang oven sa 400°F.
b) Ayusin ang mga pakpak ng manok sa isang baking sheet.
c) Sa isang maliit na mangkok, paghaluin ang pulp ng passion fruit, honey, toyo, bawang, luya, asin, at paminta.
d) I-brush ang mga pakpak ng manok gamit ang passion fruit glaze.
e) Maghurno ng 30-35 minuto o hanggang maluto at mag-golden brown.
f) Ihain nang mainit.

20. Mga Passion Fruit Granola Bar

MGA INGREDIENTS:
2 tasang rolled oats
1 tasang hinimay na niyog
1/2 tasa ng almond butter
1/3 tasa ng pulot
1/4 tasa ng tinadtad na mani (hal., almond, cashews, o walnuts)
1/4 tasa ng pinatuyong prutas (hal., mga pasas, cranberry, o tinadtad na petsa)
2 passion fruits
1 kutsarita vanilla extract

MGA TAGUBILIN:
Painitin muna ang oven sa 350°F (175°C) at lagyan ng parchment paper ang baking dish.
Sa isang malaking mangkok, pagsamahin ang mga rolled oats, putol-putol na niyog, almond butter, honey, tinadtad na mani, pinatuyong prutas, pulp ng mga passion fruit, at vanilla extract.
Haluing mabuti hanggang ang lahat ng sangkap ay pantay-pantay.
Ilipat ang timpla sa inihandang baking dish at pindutin ito nang mahigpit.
Maghurno ng 15-20 minuto o hanggang sa maging golden brown.
Alisin mula sa oven at hayaan itong ganap na lumamig bago hiwain sa mga bar.

21. Passion Fruit Shrimp Cocktail

MGA INGREDIENTS:
- 1 libra na niluto at pinalamig na hipon, binalatan at hiniwa
- ¼ tasa ng passion fruit pulp
- ¼ tasa ng ketchup
- 1 kutsarang malunggay
- 1 kutsarang Worcestershire sauce
- 1 kutsarang katas ng kalamansi
- Asin at paminta para lumasa

MGA TAGUBILIN:
a) Sa isang mangkok, paghaluin ang pulp ng passion fruit, ketchup, malunggay, sarsa ng Worcestershire, katas ng kalamansi, asin, at paminta.
b) Ayusin ang pinalamig na hipon sa isang serving platter.
c) Ihain ang passion fruit cocktail sauce sa gilid para isawsaw.

22. Passion Fruit Shrimp Skewers

MGA INGREDIENTS:
Hipon, binalatan at tinadtad
2 passion fruits
Langis ng oliba
Asin at paminta para lumasa
Mga sariwang dahon ng cilantro, tinadtad

MGA TAGUBILIN:
Painitin muna ang grill o grill pan sa medium-high heat.
Gupitin ang mga passion fruit sa kalahati at i-scoop ang pulp.
I-thread ang hipon sa mga skewer.
I-brush ang hipon ng langis ng oliba at budburan ng asin, paminta, at tinadtad na cilantro.
I-ihaw ang hipon ng mga 2-3 minuto bawat gilid hanggang sa sila ay kulay rosas at maluto.
Alisin ang hipon sa grill at lagyan ng passion fruit pulp.
Ihain bilang pampagana o magaan na meryenda.

23. Passion Fruit Guacamole

MGA INGREDIENTS:
2 hinog na abukado
2 passion fruits
1 maliit na pulang sibuyas, pinong tinadtad
1 maliit na kamatis, diced
Katas ng 1 kalamansi
Asin at paminta para lumasa
Mga sariwang dahon ng cilantro, tinadtad

MGA TAGUBILIN:

Gupitin ang mga avocado sa kalahati, alisin ang mga hukay, at i-scoop ang laman sa isang mangkok.
Gupitin ang mga passion fruit sa kalahati at i-scoop ang pulp.
Idagdag ang passion fruit pulp, pulang sibuyas, kamatis, katas ng dayap, asin, paminta, at cilantro sa mangkok na may abukado.
I-mash ang lahat gamit ang isang tinidor hanggang maabot ang ninanais na pagkakapare-pareho.
Ayusin ang mga pampalasa sa panlasa.
Ihain kasama ng tortilla chips o bilang isang spread para sa mga sandwich.

24. Passion Fruit Ham at Cheese Roll-Up

MGA INGREDIENTS:
Hiniwang deli ham
Hiniwang keso (cheddar, Swiss, o gusto mong uri)
2 passion fruits
Mga sariwang dahon ng basil

MGA TAGUBILIN:
Maglagay ng isang slice ng ham sa isang malinis na ibabaw.
Maglagay ng slice ng cheese sa ibabaw ng ham.
Gupitin ang mga passion fruit sa kalahati at i-scoop ang pulp.
Magsandok ng kaunting passion fruit pulp sa keso.
Itaas na may ilang sariwang dahon ng basil.
I-roll up ang hamon at keso nang mahigpit.
I-secure gamit ang mga toothpick kung kinakailangan.
Ulitin sa natitirang ham, keso, passion fruit pulp, at basil.
Ihain bilang mga pampagana o meryenda na kasing laki ng kagat.

25. Passion Fruit Caprese Skewers

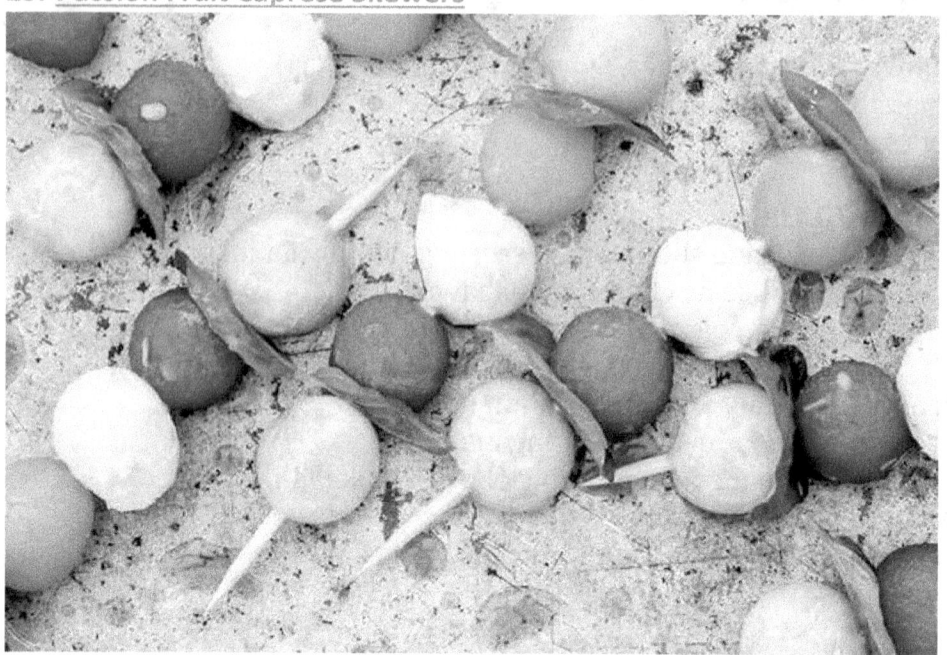

MGA INGREDIENTS:
Mga kamatis na cherry
Mga sariwang bola ng mozzarella
Mga sariwang dahon ng basil
2 passion fruits
Balsamic glaze
MGA TAGUBILIN:

I-thread ang isang cherry tomato, isang mozzarella ball, at isang sariwang dahon ng basil sa bawat skewer.
Gupitin ang mga passion fruit sa kalahati at i-scoop ang pulp.
Ibuhos ang pulp ng passion fruit sa ibabaw ng mga skewer.
Ambon na may balsamic glaze.
Ayusin ang mga skewer sa isang platter.
Ihain bilang pampagana o meryenda.

26. Passion Fruit at Prosciutto Crostini

MGA INGREDIENTS:
Mga hiwa ng baguette, inihaw
Goat cheese o cream cheese
Mga hiwa ng prosciutto
2 passion fruits
Mga sariwang dahon ng mint
MGA TAGUBILIN:

Ikalat ang isang layer ng goat cheese o cream cheese sa bawat baguette slice.
Maglagay ng slice ng prosciutto sa itaas.
Gupitin ang mga passion fruit sa kalahati at i-scoop ang pulp.
Magsandok ng kaunting passion fruit pulp sa prosciutto.
Palamutihan ng sariwang dahon ng mint.
Maglingkod bilang mga eleganteng pampagana.

27. Passion Fruit Energy Balls

MGA INGREDIENTS:
1 tasang petsa, pitted
1 tasang almendras
2 kutsarang chia seeds
2 kutsarang hinimay na niyog
2 passion fruits
1 kutsarang pulot (opsyonal)

MGA TAGUBILIN:
Ilagay ang mga petsa, almendras, chia seeds, ginutay-gutay na niyog, at ang pulp ng mga passion fruit sa isang food processor.
Iproseso hanggang sa magsama-sama ang timpla at maging malagkit na masa.
Kung ang timpla ay masyadong tuyo, magdagdag ng pulot at iproseso muli.
Pagulungin ang timpla sa maliliit na bola gamit ang iyong mga kamay.
Ilagay ang mga bola ng enerhiya sa isang lalagyan ng airtight at palamigin nang hindi bababa sa 30 minuto upang matibay.
Maglingkod bilang isang malusog na meryenda habang naglalakbay.

28. Passion Fruit Yogurt Dip

MGA INGREDIENTS:
1 tasa ng Greek yogurt
2 passion fruits
1 kutsarang pulot
Hiniwang prutas o crackers para isawsaw
MGA TAGUBILIN:

Gupitin ang mga passion fruit sa kalahati at i-scoop ang pulp.
Sa isang mangkok, pagsamahin ang Greek yogurt, passion fruit pulp, at honey.
Haluing mabuti hanggang ang lahat ng sangkap ay ganap na maisama.
Ihain ang yogurt dip na may hiniwang prutas o crackers.
Tangkilikin bilang isang magaan at tangy na meryenda.

PANGUNAHING PAGKAIN

29. Mga Suso ng Manok na may Passion Fruit Sauce

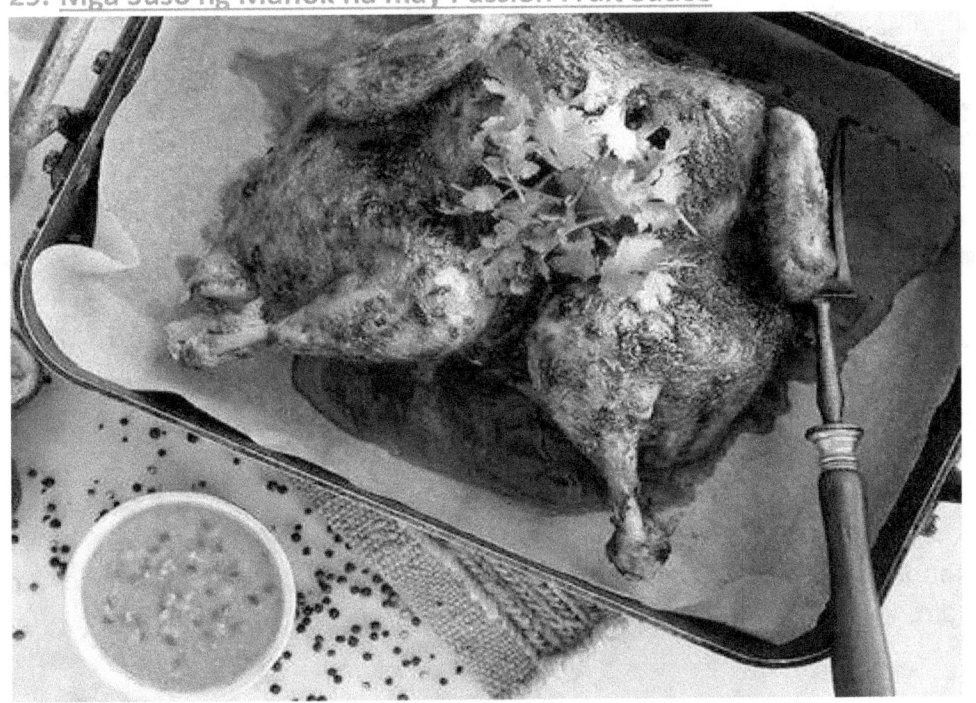

MGA INGREDIENTS:
- 4 na dibdib ng manok
- 4 passion fruits; hinati, inalis ang binhi, at nakareserba ang pulp
- 1 kutsarang Jack Daniel's
- 2-star anise
- 2 ounces maple syrup
- 1 bungkos ng chives; tinadtad
- Asin at itim na paminta

MGA TAGUBILIN:

a) Init ang isang kawali na may pulp ng passion fruit sa katamtamang init, idagdag ang Jack Daniel's, star anise, maple syrup, at chives; haluing mabuti, kumulo ng 5-6 minuto, at alisin ang apoy.

b) Timplahan ng asin at paminta ang manok, ilagay sa preheated air fryer, at lutuin sa 360 °F, sa loob ng 10 minuto; pag-flip sa kalahati. Hatiin ang manok sa mga plato, painitin ng kaunti ang sarsa, ibuhos ito sa manok, at ihain.

30. Marinated Tuna na may Passion fruit

MGA INGREDIENTS:
- 3cm (1½ pulgada) makapal na piraso ng tuna loin fillet,
- 2 maliit, hinog, at kulubot na passion fruit,
- 1 kutsarang katas ng kalamansi
- 3 kutsarang langis ng mirasol
- 1 katamtamang mainit na berdeng sili
- 1 kutsarita ng caster sugar
- 1½ kutsarang pinong tinadtad na kulantro

MGA TAGUBILIN:
a) Ilagay ang piraso ng tuna loin fillet sa isang board at hiwain ito, sa napakanipis na hiwa. Ilagay ang mga hiwa, magkatabi ngunit magkadikit, sa ibabaw ng base ng apat na malalaking plato. Takpan ang bawat isa ng Clingfilm at palamigin nang hindi bababa sa 1 oras, o hanggang handa ka nang ihain.

b) Ilang sandali bago ihain, gawin ang marinating dressing. Gupitin ang passion fruit sa kalahati at i-scoop ang pulp sa isang sieve set sa ibabaw ng isang mangkok. Kuskusin ang pulp sa pamamagitan ng salaan upang kunin ang katas, at itapon ang mga buto. Dapat kang mag-iwan ng halos isang kutsarang juice. Haluin ang katas ng kalamansi, langis ng mirasol, berdeng sili, asukal, kulantro, ½ kutsaritang asin, at ilang sariwang giniling na paminta.

c) Upang ihain, alisan ng takip ang mga plato, kutsara ang dressing, at ikalat ito sa ibabaw ng isda gamit ang likod ng kutsara.

d) Mag-iwan ng 10 minuto bago ihain.

31. Passion Fruit at Chicken Curry

MGA INGREDIENTS:
- 2 kutsarang langis ng gulay
- 1 sibuyas, tinadtad
- 2 cloves ng bawang, tinadtad
- 1 kutsarang gadgad na sariwang luya
- 1 kutsarita ng ground coriander
- 1 kutsarita ng ground cumin
- 1 kutsarita ng turmerik
- 1 kutsarita ng paprika
- ½ kutsarita ng kanela
- ¼ kutsarita ng cayenne pepper
- 1 pound walang buto, walang balat na mga hita ng manok, cubed
- 1 lata (14 onsa) ng gata ng niyog
- ½ tasa ng sabaw ng manok
- ¼ tasa ng passion fruit pulp
- 1 kutsarang pulot
- Asin at paminta para lumasa
- Lutong kanin para ihain

MGA TAGUBILIN:

a) Sa isang malaking kasirola, init ang langis ng gulay sa katamtamang init.

b) Idagdag ang sibuyas, bawang, at luya, at lutuin ng 2-3 minuto, o hanggang lumambot.

c) Idagdag ang coriander, cumin, turmeric, paprika, cinnamon, at cayenne pepper, at lutuin ng isa pang 1-2 minuto, o hanggang mabango.

d) Idagdag ang mga piraso ng manok at lutuin sa loob ng 5-7 minuto, o hanggang sa maging kayumanggi ang lahat ng panig.

e) Idagdag ang gata ng niyog, sabaw ng manok, sapal ng passion fruit, at pulot, at haluin upang pagsamahin.

f) Pakuluan ang timpla at lutuin ng 20-25 minuto, o hanggang maluto ang manok at lumapot na ang sauce.

g) Timplahan ng asin at paminta ayon sa panlasa.

h) Ihain ang kari kasama ng lutong kanin.

32. Passion Fruit Glazed Pork Tenderloin

MGA INGREDIENTS:
- 1 ½ libra pork tenderloin
- Asin at paminta para lumasa
- 1 kutsarang langis ng oliba
- ½ tasa ng passion fruit pulp
- ¼ tasang pulot
- 1 kutsarang Dijon mustard
- 1 kutsarang toyo
- 1 kutsarang apple cider vinegar
- 1 kutsarita gadgad sariwang luya
- ½ kutsarita ng bawang pulbos

MGA TAGUBILIN:
a) Painitin muna ang oven sa 375°F.
b) Timplahan ng asin at paminta ang pork tenderloin.
c) Init ang langis ng oliba sa isang oven-safe na kawali sa medium-high heat.
d) Idagdag ang pork tenderloin at igisa sa lahat ng panig hanggang sa maging kayumanggi, mga 2-3 minuto bawat panig.
e) Sa isang maliit na mangkok, haluin ang pulp ng passion fruit, honey, Dijon mustard, toyo, apple cider vinegar, luya, at pulbos ng bawang.
f) Ipahid ang passion fruit glaze sa pork tenderloin.
g) Ilipat ang kawali sa oven at maghurno ng 20-25 minuto, o hanggang ang panloob na temperatura ng pork tenderloin ay umabot sa 145°F.
h) Hayaang magpahinga ang pork tenderloin ng 5-10 minuto bago hiwain.
i) Ihain ang pork tenderloin na may anumang natitirang passion fruit glaze sa gilid.

33. Passion Fruit Glazed Salmon

MGA INGREDIENTS:
4 na fillet ng salmon
Asin at paminta para lumasa
Juice ng 2 passion fruits
2 kutsarang pulot
1 kutsarang toyo
1 kutsarang gadgad na luya
2 cloves ng bawang, tinadtad

MGA TAGUBILIN:

Painitin muna ang oven sa 400°F (200°C).
Timplahan ng asin at paminta ang mga fillet ng salmon.
Sa isang maliit na mangkok, haluin ang passion fruit juice, honey, toyo, gadgad na luya, at tinadtad na bawang.
Ilagay ang salmon fillet sa isang baking sheet na nilagyan ng parchment paper.
I-brush ang passion fruit glaze sa ibabaw ng salmon fillet.
Maghurno ng 12-15 minuto o hanggang maluto ang salmon.
Ihain ang glazed salmon na may steamed rice o roasted vegetables.

34. Passion Fruit Shrimp Stir-Fry

MGA INGREDIENTS:
1 libra na hipon, binalatan at hiniwa
Asin at paminta para lumasa
2 kutsarang langis ng gulay
1 pulang kampanilya paminta, hiniwa
1 dilaw na paminta, hiniwa
1 sibuyas, hiniwa
2 cloves ng bawang, tinadtad
Juice ng 2 passion fruits
2 kutsarang toyo
1 kutsarang pulot
Mga sariwang dahon ng cilantro para sa dekorasyon

MGA TAGUBILIN:

Timplahan ng asin at paminta ang hipon.
Init ang langis ng gulay sa isang malaking kawali o kawali sa katamtamang init.
Idagdag ang hipon at lutuin ng 2-3 minuto bawat gilid hanggang sa maging kulay rosas at maluto.
Alisin ang hipon sa kawali at itabi.
Sa parehong kawali, idagdag ang hiniwang bell peppers, sibuyas, at tinadtad na bawang.
Igisa sa loob ng 3-4 minuto hanggang malambot-malutong ang mga gulay.
Sa isang maliit na mangkok, haluin ang passion fruit juice, toyo, at pulot.
Ibuhos ang sarsa sa mga gulay sa kawali at lutuin ng karagdagang minuto.
Ibalik ang nilutong hipon sa kawali at ihalo ang lahat para malagyan ng sarsa.
Alisin mula sa init at palamutihan ng sariwang dahon ng cilantro.
Ihain ang passion fruit shrimp stir-fry sa ibabaw ng steamed rice o noodles.

35. Passion Fruit Tofu Stir-Fry

MGA INGREDIENTS:
1 bloke ng firm tofu, pinatuyo at gupitin sa mga cube
Asin at paminta para lumasa
2 kutsarang langis ng gulay
1 pulang kampanilya paminta, hiniwa
1 dilaw na paminta, hiniwa
1 sibuyas, hiniwa
2 cloves ng bawang, tinadtad
Juice ng 2 passion fruits
2 kutsarang toyo
1 kutsarang pulot
Mga sariwang dahon ng cilantro para sa dekorasyon

MGA TAGUBILIN:

Timplahan ng asin at paminta ang tofu cubes.
Init ang langis ng gulay sa isang malaking kawali o kawali sa katamtamang init.
Idagdag ang tofu cubes at lutuin ng 4-5 minuto hanggang sa maging golden brown sa lahat ng panig.
Alisin ang tofu sa kawali at itabi.
Sa parehong kawali, idagdag ang hiniwang bell peppers, sibuyas, at tinadtad na bawang.
Igisa sa loob ng 3-4 minuto hanggang malambot-malutong ang mga gulay.
Sa isang maliit na mangkok, haluin ang passion fruit juice, toyo, at pulot.
Ibuhos ang sarsa sa mga gulay sa kawali at lutuin ng karagdagang minuto.
Ibalik ang nilutong tofu sa kawali at ihalo ang lahat para malagyan ng sarsa.
Alisin mula sa init at palamutihan ng sariwang dahon ng cilantro.
Ihain ang passion fruit tofu stir-fry sa ibabaw ng steamed rice o noodles.

36. Passion Fruit Glazed Chicken Drumsticks

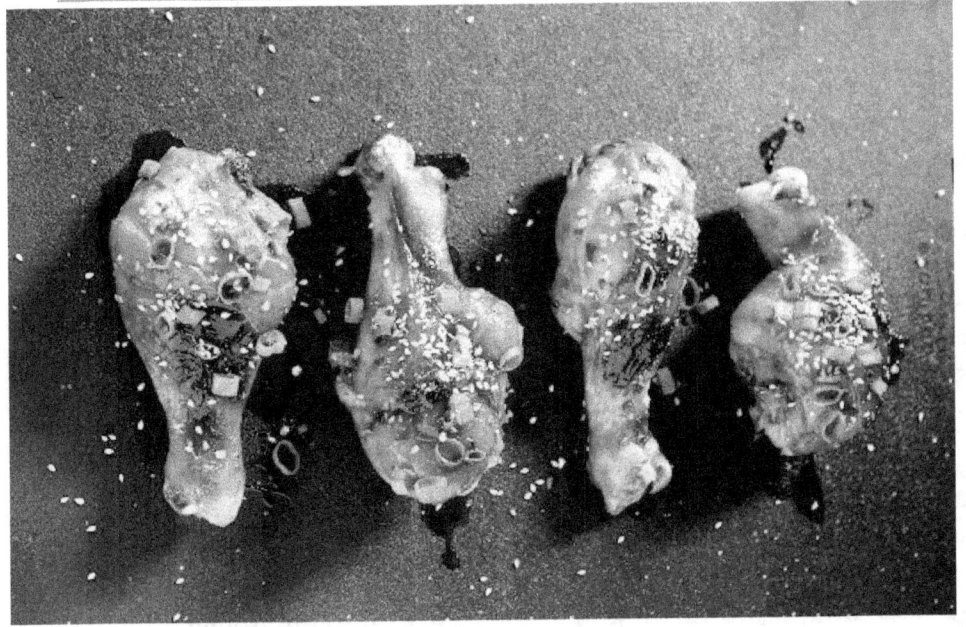

MGA INGREDIENTS:
8 drumstick ng manok
Asin at paminta para lumasa
Juice ng 3 passion fruits
2 kutsarang pulot
2 kutsarang toyo
2 kutsarang ketchup
1 kutsarang Dijon mustard
2 cloves ng bawang, tinadtad

MGA TAGUBILIN:

Painitin muna ang oven sa 400°F (200°C).
Timplahan ng asin at paminta ang mga drumstick ng manok.
Sa isang maliit na mangkok, haluin ang passion fruit juice, honey, toyo, ketchup, Dijon mustard, at tinadtad na bawang.
Ilagay ang chicken drumsticks sa isang baking sheet na nilagyan ng parchment paper.
I-brush ang passion fruit glaze sa ibabaw ng drumsticks, inilalaan ang ilan para sa basting.
Maghurno ng 40-45 minuto, basting gamit ang glaze tuwing 15 minuto, hanggang sa maluto ang manok at ang glaze ay caramelized.
Alisin sa oven at hayaang magpahinga ang drumsticks ng ilang minuto bago ihain.
Ihain ang passion fruit glazed chicken drumsticks na may isang gilid ng kanin at steamed vegetables.

37. Passion Fruit Curry

MGA INGREDIENTS:
1 kutsarang langis ng gulay
1 sibuyas, tinadtad
2 cloves ng bawang, tinadtad
1 kutsarang gadgad na luya
2 kutsarang curry powder
1 lata ng gata ng niyog
Juice ng 2 passion fruits
1 tasang hiniwang gulay na gusto mo (hal., bell peppers, carrots, peas)
1 libong manok, baka, o tofu (opsyonal)
Asin at paminta para lumasa
Mga sariwang dahon ng cilantro para sa dekorasyon
Lutong kanin o tinapay na naan para ihain

MGA TAGUBILIN:

Init ang langis ng gulay sa isang malaking kawali o kaldero sa katamtamang init.
Idagdag ang tinadtad na sibuyas, tinadtad na bawang, at gadgad na luya.
Igisa ng 2-3 minuto hanggang mabango.
Ihalo ang curry powder at lutuin ng karagdagang minuto.
Kung gagamit ng karne o tofu, idagdag ito sa kawali at lutuin hanggang magkulay.
Ibuhos ang gata ng niyog at passion fruit juice.
Idagdag ang hiniwang gulay at timplahan ng asin at paminta.
Pakuluan sa loob ng 15-20 minuto, o hanggang ang mga gulay ay malambot at ang lasa ay natunaw.
Ayusin ang pampalasa kung kinakailangan.
Ihain ang passion fruit curry sa lutong kanin o may naan bread.
Palamutihan ng sariwang dahon ng cilantro.

38. Passion Fruit Beef Stir-Fry

MGA INGREDIENTS:
1 pound beef, hiniwa nang manipis (tulad ng flank steak o sirloin)
Asin at paminta para lumasa
2 kutsarang langis ng gulay
1 pulang kampanilya paminta, hiniwa
1 berdeng paminta, hiniwa
1 sibuyas, hiniwa
2 cloves ng bawang, tinadtad
Juice ng 2 passion fruits
2 kutsarang toyo
1 kutsarang pulot
Sesame seeds para sa dekorasyon

MGA TAGUBILIN:

Timplahan ng asin at paminta ang mga hiwa ng baka.
Init ang langis ng gulay sa isang malaking kawali o kawali sa katamtamang init.
Idagdag ang mga hiwa ng baka at lutuin ng 2-3 minuto hanggang sa mag-brown.
Alisin ang karne ng baka mula sa kawali at itabi.
Sa parehong kawali, idagdag ang hiniwang bell peppers, sibuyas, at tinadtad na bawang.
Igisa sa loob ng 3-4 minuto hanggang malambot-malutong ang mga gulay.
Sa isang maliit na mangkok, haluin ang passion fruit juice, toyo, at pulot.
Ibuhos ang sarsa sa mga gulay sa kawali at lutuin ng karagdagang minuto.
Ibalik ang nilutong karne ng baka sa kawali at ihalo ang lahat para malagyan ng sarsa.
Alisin sa init at palamutihan ng linga.
Ihain ang passion fruit beef stir-fry sa ibabaw ng steamed rice o noodles.

39. Inihaw na Steak na may Passion Fruit Chimichurri

MGA INGREDIENTS:
2 ribeye o sirloin steak
Asin at paminta para lumasa
Juice ng 2 passion fruits
2 kutsarang langis ng oliba
2 kutsarang red wine vinegar
1 tasa sariwang dahon ng perehil, tinadtad
3 cloves ng bawang, tinadtad
1 kutsarita ng tuyo na oregano

MGA TAGUBILIN:

Painitin muna ang grill sa medium-high heat.
Timplahan ng asin at paminta ang mga steak.
Sa isang maliit na mangkok, haluin ang passion fruit juice, olive oil, red wine vinegar, tinadtad na perehil, tinadtad na bawang, at pinatuyong oregano para gawing chimichurri sauce.
Ihawin ang mga steak sa loob ng 4-5 minuto bawat gilid, o sa nais mong antas ng pagiging handa.
Alisin ang mga steak mula sa grill at hayaan silang magpahinga ng ilang minuto.
Hiwain ang mga steak at ibuhos ang passion fruit chimichurri sauce sa ibabaw.
Ihain kasama ng inihaw na patatas o isang side salad.

40. Passion Fruit Coconut Curry Shrimp

MGA INGREDIENTS:
1 libra na hipon, binalatan at hiniwa
Asin at paminta para lumasa
1 kutsarang langis ng gulay
1 sibuyas, tinadtad
2 cloves ng bawang, tinadtad
1 kutsarang gadgad na luya
1 kutsarang curry powder
1 lata ng gata ng niyog
Juice ng 2 passion fruits
1 tasang diced na gulay na gusto mo (hal., bell peppers, zucchini, carrots)
Mga sariwang dahon ng cilantro para sa dekorasyon
Lutong kanin para ihain

MGA TAGUBILIN:

Timplahan ng asin at paminta ang hipon.
Init ang langis ng gulay sa isang malaking kawali o kaldero sa katamtamang init.
Idagdag ang tinadtad na sibuyas, tinadtad na bawang, at gadgad na luya.
Igisa ng 2-3 minuto hanggang mabango.
Ihalo ang curry powder at lutuin ng karagdagang minuto.
Idagdag ang hipon sa kawali at lutuin hanggang kulay rosas at maluto.
Ibuhos ang gata ng niyog at passion fruit juice.
Idagdag ang hiniwang gulay at timplahan ng asin at paminta.
Pakuluan ng 10-15 minuto, o hanggang sa malambot ang mga gulay at matunaw ang lasa.
Ayusin ang pampalasa kung kinakailangan.
Ihain ang passion fruit coconut curry shrimp sa ibabaw ng nilutong kanin.
Palamutihan ng sariwang dahon ng cilantro.

SALADS

41. Chicken, avocado, at papaya salad

MGA INGREDIENTS:
- 6 Halves poached walang buto dibdib ng manok
- 2 Binalatan at hiniwa ng manipis na hinog na Papaya
- 2 Binalatan at hiniwang manipis na hinog na Avocado
- 4 na kutsarang sariwang katas ng kalamansi
- Pulpa ng 1 hinog na passion fruit
- ½ tasa ng langis ng gulay
- Pinong gadgad na balat ng 1 Lime
- Asin at paminta
- 2 3 kutsarang pulot
- ½ tasa ng magaspang na tinadtad na pecan

MGA TAGUBILIN:
a) Linya ng 6 na plato ng salad na may litsugas. Gupitin ang anumang taba na natitira sa manok.
b) Gupitin ang manok sa kagat-laki ng mga piraso.
c) Kahaliling manok, avocado, at papaya sa mga plato
d) Paghaluin ang katas ng kalamansi, pulp, mantika, balat, asin at paminta, at pulot.
e) Sandok na dressing sa bawat salad
f) Budburan ng pecans.

42. Tropical Fruit Salad na may Passion Fruit Dressing

MGA INGREDIENTS:
1 tasang diced na pinya
1 tasang diced na mangga
1 tasang diced na papaya
1 tasang hiniwang kiwi
2 passion fruits
Katas ng 1 kalamansi
2 kutsarang pulot
Mga sariwang dahon ng mint para sa dekorasyon

MGA TAGUBILIN:

Sa isang malaking mangkok, pagsamahin ang diced na pinya, mangga, papaya, at hiniwang kiwi.
Gupitin ang mga passion fruit sa kalahati at i-scoop ang pulp.
Sa isang hiwalay na maliit na mangkok, haluin ang pulp ng passion fruit, katas ng kalamansi, at pulot para gawin ang sarsa.
Ibuhos ang dressing sa ibabaw ng fruit salad at ihalo nang malumanay upang pagsamahin.
Palamutihan ng sariwang dahon ng mint.
Ihain nang pinalamig.

43. Spinach at Passion Fruit Salad

MGA INGREDIENTS:
4 na tasang sariwang dahon ng spinach ng sanggol
1 tasang hiniwang strawberry
1/2 tasa crumbled feta cheese
1/4 tasa hiniwang almendras
2 passion fruits
Balsamic glaze para sa pag-ambon

MGA TAGUBILIN:

Sa isang malaking mangkok ng salad, pagsamahin ang mga dahon ng baby spinach, hiniwang strawberry, crumbled feta cheese, at hiniwang almond.
Gupitin ang mga passion fruit sa kalahati at i-scoop ang pulp.
Iwiwisik ang sapal ng passion fruit sa ibabaw ng salad.
Ambon na may balsamic glaze.
Ihagis dahan-dahan upang pagsamahin.
Ihain kaagad.

44. Avocado at Passion Fruit Salad

MGA INGREDIENTS:
2 hinog na avocado, hiniwa
1 tasa ng cherry tomatoes, hatiin
1/4 tasa pulang sibuyas, hiniwa ng manipis
2 passion fruits
Katas ng 1 kalamansi
2 kutsarang langis ng oliba
Asin at paminta para lumasa
Mga sariwang dahon ng cilantro para sa dekorasyon
MGA TAGUBILIN:

Ayusin ang mga hiwa ng avocado, hiniwang cherry tomatoes, at hiniwang pulang sibuyas sa isang pinggan.
Gupitin ang mga passion fruit sa kalahati at i-scoop ang pulp.
Sa isang maliit na mangkok, haluin ang pulp ng passion fruit, katas ng kalamansi, langis ng oliba, asin, at paminta upang gawin ang sarsa.
Ibuhos ang dressing sa salad.
Palamutihan ng sariwang dahon ng cilantro.
Ihain kaagad.

45. Quinoa at Passion Fruit Salad

MGA INGREDIENTS:
1 tasang lutong quinoa
1 tasang diced na pipino
1 tasa ng kalahating cherry tomatoes
1/4 tasa tinadtad na pulang sibuyas
2 passion fruits
Juice ng 1 lemon
2 kutsarang extra-virgin olive oil
Asin at paminta para lumasa
Mga sariwang dahon ng perehil para sa dekorasyon

MGA TAGUBILIN:

Sa isang malaking mangkok, pagsamahin ang nilutong quinoa, diced cucumber, kalahating cherry tomatoes, at tinadtad na pulang sibuyas.
Gupitin ang mga passion fruit sa kalahati at i-scoop ang pulp.
Sa isang hiwalay na maliit na mangkok, haluin ang pulp ng passion fruit, lemon juice, langis ng oliba, asin, at paminta upang gawin ang dressing.
Ibuhos ang dressing sa quinoa salad.
Ihagis dahan-dahan upang pagsamahin.
Palamutihan ng sariwang dahon ng perehil.
Ihain nang pinalamig.

46. Pakwan at Passion Fruit Salad

MGA INGREDIENTS:
4 na tasang cubed watermelon
1 tasang sariwang blueberries
1/4 tasa tinadtad na sariwang dahon ng mint
2 passion fruits
Katas ng 1 kalamansi
2 kutsarang pulot
Mga sariwang dahon ng basil para sa dekorasyon

MGA TAGUBILIN:
Sa isang malaking mangkok, pagsamahin ang cubed watermelon, sariwang blueberries, at tinadtad na sariwang dahon ng mint.
Gupitin ang mga passion fruit sa kalahati at i-scoop ang pulp.
Sa isang hiwalay na maliit na mangkok, haluin ang pulp ng passion fruit, katas ng kalamansi, at pulot para gawin ang sarsa.
Ibuhos ang dressing sa fruit salad.
Ihagis dahan-dahan upang pagsamahin.
Palamutihan ng sariwang dahon ng basil.
Ihain nang pinalamig.

47. Mixed Greens at Passion Fruit Salad

MGA INGREDIENTS:
4 na tasang pinaghalong salad green (hal., arugula, baby spinach, lettuce)
1 tasang hiniwang mga pipino
1 tasang hiniwang labanos
1/4 tasa crumbled goat cheese
2 passion fruits
Juice ng 1 lemon
2 kutsarang extra-virgin olive oil
Asin at paminta para lumasa
Mga inihaw na walnut para sa dekorasyon

MGA TAGUBILIN:
Sa isang malaking mangkok ng salad, pagsamahin ang pinaghalong salad green, hiniwang mga pipino, hiniwang labanos, at durog na keso ng kambing.
Gupitin ang mga passion fruit sa kalahati at i-scoop ang pulp.
Sa isang hiwalay na maliit na mangkok, haluin ang pulp ng passion fruit, lemon juice, langis ng oliba, asin, at paminta upang gawin ang dressing.
Ibuhos ang dressing sa salad.
Ihagis dahan-dahan upang pagsamahin.
Palamutihan ng toasted walnuts.
Ihain kaagad.

48. Couscous at Passion Fruit Salad

MGA INGREDIENTS:
1 tasang nilutong couscous
1 tasang diced bell peppers (iba't ibang kulay)
1/2 tasa diced cucumber
1/4 tasa tinadtad na sariwang perehil
2 passion fruits
Juice ng 1 orange
2 kutsarang extra-virgin olive oil
Asin at paminta para lumasa
Ang feta cheese ay gumuho para sa dekorasyon

MGA TAGUBILIN:
Sa isang malaking mangkok, pagsamahin ang nilutong couscous, diced bell peppers, diced cucumber, at tinadtad na sariwang perehil.
Gupitin ang mga passion fruit sa kalahati at i-scoop ang pulp.
Sa isang hiwalay na maliit na mangkok, haluin ang pulp ng passion fruit, orange juice, olive oil, asin, at paminta para gawin ang dressing.
Ibuhos ang dressing sa couscous salad.
Ihagis dahan-dahan upang pagsamahin.
Palamutihan ng feta cheese crumbles.
Ihain nang pinalamig.

49. Asian Noodle at Passion Fruit Salad

MGA INGREDIENTS:
8 onsa na nilutong soba noodles
1 tasang ginutay-gutay na karot
1 tasa ng manipis na hiniwang bell peppers (iba't ibang kulay)
1/4 tasa tinadtad na berdeng sibuyas
2 passion fruits
Katas ng 1 kalamansi
2 kutsarang toyo
1 kutsarang sesame oil
1 kutsarang pulot
Toasted sesame seeds para sa dekorasyon

MGA TAGUBILIN:
Sa isang malaking mangkok, pagsamahin ang nilutong soba noodles, ginutay-gutay na karot, hiniwang kampanilya, at tinadtad na berdeng sibuyas.
Gupitin ang mga passion fruit sa kalahati at i-scoop ang pulp.
Sa isang hiwalay na maliit na mangkok, haluin ang pulp ng passion fruit, katas ng kalamansi, toyo, langis ng linga, at pulot para gawin ang dressing.
Ibuhos ang dressing sa ibabaw ng noodle salad.
Ihagis dahan-dahan upang pagsamahin.
Palamutihan ng toasted sesame seeds.
Ihain nang pinalamig.

50. Arugula at Goat Cheese Salad na may Passion Fruit Vinaigrette

MGA INGREDIENTS:
4 na tasang baby arugula
1/2 tasa crumbled goat cheese
1/4 tasa ng pinatuyong cranberry
2 passion fruits
Juice ng 1 lemon
2 kutsarang extra-virgin olive oil
Asin at paminta para lumasa
Toasted pine nuts para sa dekorasyon

MGA TAGUBILIN:
Sa isang malaking salad bowl, pagsamahin ang baby arugula, crumbled goat cheese, at dried cranberries.
Gupitin ang mga passion fruit sa kalahati at i-scoop ang pulp.
Sa isang hiwalay na maliit na mangkok, haluin ang pulp ng passion fruit, lemon juice, olive oil, asin, at paminta para maging vinaigrette.
Ibuhos ang vinaigrette sa salad.
Ihagis dahan-dahan upang pagsamahin.
Palamutihan ng toasted pine nuts.
Ihain kaagad.

51. Caprese Salad na may Passion Fruit Balsamic Glaze

MGA INGREDIENTS:
4 hinog na kamatis, hiniwa
8 ounces sariwang mozzarella cheese, hiniwa
Mga sariwang dahon ng basil
2 hinog na mga milokoton, hiniwa nang manipis
2 passion fruits
Balsamic glaze
Asin at paminta para lumasa

MGA TAGUBILIN:
Ayusin ang mga hiwa ng kamatis at sariwang hiwa ng mozzarella cheese sa isang pinggan.
Maglagay ng sariwang dahon ng basil sa bawat hiwa ng kamatis at keso.
Ilagay ang mga hiwa ng peach sa itaas.
Gupitin ang mga passion fruit sa kalahati at i-scoop ang pulp.
Magsandok ng kaunting passion fruit pulp sa bawat caprese salad.
Ambon na may balsamic glaze.
Timplahan ng asin at paminta ayon sa panlasa.
Ihain kaagad.

DESSERT

52. Coconut Panna Cotta na May Passion Fruit

MGA INGREDIENTS:
PARA SA BAHAGI NG NIYOG
- 400 g makapal na Coconut puree
- 80 g Granulated sugar
- 4 na mga sheet ng gelatin

PARA SA BAHAGI NG PASSION FRUIT
- 250 g Passion fruit puree
- 100 g Granulated sugar
- 4 na mga sheet ng gelatin
- Sable cookie
- 45 g icing sugar
- 115 g All-purpose na harina
- 15 g harina ng almond
- Kurot ng asin
- 55 g unsalted butter na napakalamig
- 25 g Itlog humigit-kumulang. kalahating itlog
- Natunaw ang puting tsokolate
- Ginutay-gutay na buko

MGA TAGUBILIN:
SABLE COOKIE
a) Kapag ang cookies ay inihurnong at pinalamig sa temperatura ng silid, tunawin ang isang maliit na halaga ng puting tsokolate at i-brash ang cookies kasama nito

b) Alikabok ng ginutay-gutay na niyog at itabi

PANNA COTTA
c) Ihanda ang bahagi ng niyog: Ibabad ang gelatin sheet sa malamig na tubig

d) Init ang coconut puree at asukal hanggang kumulo at matunaw ang asukal

e) Alisin ang kasirola mula sa init, pisilin ang labis na tubig mula sa mga sheet ng gelatin, at pukawin ang mga ito sa pinaghalong niyog. Itabi ito

f) Ihanda ang bahagi ng passion fruit: Ibabad ang gelatin sheet sa malamig na tubig

g) Patakbuhin ang passion fruit puree sa pamamagitan ng isang salaan upang maalis ang karamihan sa mga buto. Panatilihin sa iilan lamang

h) Init ang passion fruit puree na may asukal hanggang sa kumulo lang at ganap na matunaw ang asukal

i) Alisin ang kasirola mula sa init, pisilin ang labis na tubig mula sa mga sheet ng gelatin, at pukawin ang mga ito sa passion fruit puree. Itabi ito

MAGTITIPON

j) Dahil pareho ang bahagi ng niyog at ang bahagi ng passion fruit ay naglalaman ng gulaman, kailangan mong mag-ingat na huwag hayaang ganap na itakda ang mga ito bago ganap na tipunin ang mga ito sa amag, kaya huwag hayaang ganap na lumamig. Haluin ang mga ito paminsan-minsan

k) Kunin ang iyong amag at simulan natin ang proseso ng pag-assemble. I-pipe ang puting bahagi sa gitna ng bawat lukab, pagkatapos ay i-pipe pa ang coconut panna cotta sa panlabas na bilog

l) Ilagay ang amag sa freezer sa loob ng 15 min upang maitakda ang bahagi ng niyog bago magpatuloy sa susunod na hakbang. Iwanan ang natitirang coconut cream sa temperatura ng silid at haluin ito paminsan-minsan upang hindi ito matuyo

m) Kapag ang bahagi ng niyog ay ganap na nailagay sa freezer, magpatuloy sa pag-pipe ng bahagi ng passion fruit sa itaas

n) I-freeze muli ang amag ngayon sa loob ng 30 minuto. Siguraduhing paminsan-minsan mong ihalo ang natitirang bahagi ng niyog para hindi ito tumulo habang may amag sa freezer

o) Kapag ang bahagi ng passion fruit ay ganap na nailagay sa freezer, magpatuloy sa pagpi-pipe sa natitirang puting bahagi sa itaas. Hayaang palamigin ito sa freezer para sa min 6h, ang magdamag ay mas mabuti

p) Matapos ang panna cotta ay ganap na nagyelo, malumanay ngunit matatag na bitawan ang mga ito mula sa amag. Siguraduhing pinindot mo ang gitna lalo na para hindi ito dumikit sa amag

q) Ilagay ang bawat panna cotta sa coconut sable cookie habang ang panna cotta ay nagyelo

r) Hayaang matunaw ang panna cotta sa temperatura ng silid o sa refrigerator

53. Passion fruit mousse

MGA INGREDIENTS:
- 1 lata Evaporated milk; pinalamig magdamag
- 8 dahon ng gelatin o 1 ½ pakete ng pulbos, gulaman
- 2 tasang Passion fruit juice
- 1½ tasa ng Asukal
- ½ tasang Tubig

MGA TAGUBILIN:

a) I-dissolve ang gelatin sa tubig Gamit ang electric beater, latigo ang evaporated milk hanggang sa matigas at mabula. Magdagdag ng asukal at talunin ng 1 min. Haluin ang gelatin. Haluin ang juice. Ilagay sa may langis na amag at palamigin nang hindi bababa sa 6 na oras. Alisin at ihain kasama ng passion fruit sauce o anumang iba pang fruit sauce na gusto mo.

54. Grapefruit passion curd pie

MGA INGREDIENTS:
- 1 serving unbaked Ritz Crunch
- 1 serving ng Grapefruit Passion Curd
- 1 serving ng Sweetened Condensed Grapefruit

MGA TAGUBILIN:
a) Painitin ang oven sa 275°F.
b) Pindutin ang Ritz crunch sa isang 10-pulgadang pie tin. Gamit ang iyong mga daliri at mga palad ng iyong mga kamay, pindutin nang husto ang langutngot, siguraduhing takpan ang ibaba at gilid nang pantay at ganap.
c) Ilagay ang lata sa isang sheet pan at maghurno ng 20 minuto. Ang Ritz crust ay dapat na bahagyang mas ginintuang kayumanggi at bahagyang mas malalim sa buttery goodness kaysa sa crunch na sinimulan mo. Palamigin nang lubusan ang crust; nakabalot sa plastic, ang crust ay maaaring i-freeze ng hanggang 2 linggo.
d) Gamit ang isang kutsara o isang offset spatula, ikalat ang grapefruit passion curd nang pantay-pantay sa ilalim ng Ritz crust. Ilagay ang pie sa freezer upang i-set ang curd hanggang matigas, mga 30 minuto.
e) Gamit ang isang kutsara o isang offset spatula, ikalat ang pinatamis na condensed grapefruit sa ibabaw ng curd, mag-ingat na huwag paghaluin ang dalawang layer at siguraduhin na ang curd ay ganap na natatakpan.
f) Ibalik sa freezer hanggang handa nang hiwain at ihain.

55. Saging at Passion Fruit Ice Cream

MGA INGREDIENTS:
- 3 o 4 na hinog na saging
- 2 passion fruit
- 425g karton na custard
- 1 kutsarang malinaw na pulot
- 1 kutsarang lemon juice
- ½ kutsarang vanilla extract

MGA TAGUBILIN:
a) Balatan ang mga saging at hatiin ang mga ito sa isang food processor o blender. Hatiin ang passion fruit at, gamit ang isang kutsara, i-scoop ang mga buto at juice diretso sa processor.
b) Idagdag ang natitirang mga sangkap at purée hanggang makinis (dapat manatiling buo ang mga buto ng passion fruit).
c) Ilagay ang timpla sa isang malaking pitsel, takpan, at palamigin nang hindi bababa sa 30 minuto o hanggang sa lumamig na mabuti.
d) Ilagay ang timpla sa ice cream machine at i-freeze ayon sa mga direksyon.
e) Ilipat sa isang angkop na lalagyan at i-freeze hanggang kinakailangan.

56. Peach at passion fruit swirl ice cream

MGA INGREDIENTS:
- 1 ¼ tasa ng heavy cream
- 1 kutsarita purong vanilla extract
- 2 malalaking itlog
- ¼ tasa ng superfine na asukal o sa panlasa
- 2 kutsarita ng gawgaw
- 1 kutsarang tubig
- 4 na malalaking hinog na mga milokoton
- juice at pinong gadgad na zest ng 1 orange
- 4 hinog na passion fruit

MGA TAGUBILIN:
a) Sa isang maliit na kasirola, dalhin ang cream at vanilla sa kumukulong punto.

b) Alisin mula sa init. Sa isang mangkok, haluin ang mga itlog at asukal hanggang sa maputla at bahagyang lumapot. Paghaluin ang kaunting cream sa mga itlog hanggang sa mahusay na timpla, pagkatapos ay salain muli sa kasirola.

c) Haluin ang cornstarch sa tubig hanggang makinis. Ihalo ito sa pinaghalong cream at itlog, at ibalik ang kawali sa init. Huwag pakuluan, ngunit habang nagsisimulang lumapot ang halo, haluin palagi hanggang sa masakop nito ang likod ng kutsara. Itabi upang palamig, pagpapakilos paminsan-minsan.

d) Ilagay ang mga peach sa kumukulong tubig nang mga 1 minuto o hanggang sa madaling matuklap ang mga balat.

e) Haluin o dalisayin ang laman gamit ang orange juice at zest at pilitin kung kinakailangan. I-scoop ang laman ng passion fruit sa isang maliit na mangkok.

f) Dahan-dahang paghaluin ang pinalamig na custard at peach purée. Ilagay sa isang gumagawa ng ice cream at iproseso ayon sa mga tagubilin ng gumawa, o gamitin ang paraan ng paghahalo ng kamay.

g) Kapag halos matatag, ilipat sa isang lalagyan ng freezer at paikutin ang karamihan sa mga passion fruit. I-freeze hanggang sa matibay o kinakailangan. Ang ice cream na ito ay maaaring i-freeze nang hanggang 1 buwan.

h) Hayaang lumambot ng humigit-kumulang 15 minuto bago ihain na may ibinuhos pang kaunti pang passion fruit sa ibabaw.

57. Tropical Margarita Sorbet

MGA INGREDIENTS:
- 1 tasang asukal
- 1 tasang passion fruit puree
- 1½ libra na hinog na mangga, binalatan, pinag-pit, at ni-cube
- Grated zest ng 2 limes
- 2 kutsarang Blanco (puting) tequila
- 1 kutsarang orange liqueur
- 1 kutsarang light corn syrup
- ½ kutsarita ng kosher na asin

MGA TAGUBILIN:

a) Sa isang maliit na kasirola, pagsamahin ang asukal at passion fruit puree.

b) Dalhin sa isang kumulo sa katamtamang init, pagpapakilos upang matunaw ang

c) asukal. Alisin mula sa init at hayaang lumamig.

d) Sa isang blender, pagsamahin ang pinaghalong passion fruit, cubed mango, lime zest, tequila, orange liqueur, corn syrup, at asin. Pure hanggang makinis.

e) Ibuhos ang pinaghalong sa isang mangkok, takpan, at palamigin hanggang sa malamig, hindi bababa sa 4 na oras o hanggang magdamag.

f) I-freeze at i-churn sa isang gumagawa ng ice cream ayon sa mga tagubilin ng gumawa.

g) Para sa isang malambot na pagkakapare-pareho (ang pinakamahusay, sa aking opinyon), ihain kaagad ang sorbet; para sa mas matatag na consistency, ilipat ito sa isang lalagyan, takpan ito, at hayaang tumigas sa freezer sa loob ng 2 hanggang 3 oras.

58. Chocolate chip layer cake

MGA INGREDIENTS:
- 1 serving ng Chocolate Chip Cake
- ⅓ tasa ng passion fruit puree
- 1 serving ng Passion Fruit Curd
- ½ paghahatid ng Chocolate Crumb
- 1 serving ng Coffee Frosting
- ¼ tasa ng mini chocolate chips

MGA TAGUBILIN:
a) Maglagay ng isang piraso ng pergamino o isang Silpat sa counter. Baligtarin ang cake dito at alisan ng balat ang pergamino o Silpat mula sa ilalim ng cake. Gamitin ang singsing ng cake upang tatakan ang 2 bilog mula sa cake. Ito ang iyong nangungunang 2 layer ng cake. Ang natitirang "scrap" ng cake ay magsasama-sama upang gawin ang ilalim na layer ng cake.

LAYER 1, ANG IBABA
b) Linisin ang cake ring at ilagay ito sa gitna ng isang sheet pan na may linya na malinis na parchment o isang Silpat. Gumamit ng 1 strip ng acetate upang i-line ang loob ng cake ring.
c) Ilagay ang mga scrap ng cake sa loob ng singsing at gamitin ang likod ng iyong kamay upang pagsamahin ang mga scrap sa isang patag na pantay na layer.
d) Isawsaw ang isang pastry brush sa passion fruit puree at bigyan ang layer ng cake ng magandang, malusog na paliguan ng kalahati ng puree.
e) Gamitin ang likod ng kutsara upang ikalat ang kalahati ng passion fruit curd sa pantay na layer sa ibabaw ng cake.
f) Iwiwisik nang pantay-pantay ang kalahati ng chocolate crumbs sa passion fruit curd. Gamitin ang likod ng iyong kamay upang iangkla ang mga ito sa lugar.
g) Gamitin ang likod ng isang kutsara upang ikalat ang isang-katlo ng frosting ng kape nang pantay-pantay hangga't maaari sa mga mumo ng tsokolate.

LAYER 2, ANG GITNA
h) Gamit ang iyong hintuturo, dahan-dahang idikit ang pangalawang strip ng acetate sa pagitan ng cake ring at sa itaas na ¼ pulgada ng unang strip ng acetate, upang magkaroon ka ng malinaw na singsing ng acetate na 5 hanggang 6 na pulgada ang taas—sapat ang taas upang suportahan ang

taas ng ang tapos na cake. Maglagay ng isang bilog na cake sa ibabaw ng frosting, at ulitin ang proseso para sa layer 1.

LAYER 3, ANG ITAAS

i) Ilagay ang natitirang cake sa frosting. Takpan ang tuktok ng cake gamit ang natitirang frosting. Bigyan ito ng lakas ng tunog at pag-ikot, o gawin ang ginagawa namin at mag-opt para sa perpektong flat top. Palamutihan ang frosting ng mini chocolate chips.

j) Ilipat ang sheet pan sa freezer at i-freeze nang hindi bababa sa 12 oras upang itakda ang cake at pagpuno. Ang cake ay mananatili sa freezer nang hanggang 2 linggo.

k) Hindi bababa sa 3 oras bago ka handa na ihain ang cake, hilahin ang sheet pan mula sa freezer at, gamit ang iyong mga daliri at hinlalaki, ilabas ang cake mula sa cake ring. Dahan-dahang alisan ng balat ang acetate, at ilipat ang cake sa isang platter o cake stand. Hayaan itong mag-defrost sa refrigerator nang hindi bababa sa 3 oras

l) Hatiin ang cake sa mga wedges at ihain.

59. No-Bake Passionfruit Cheesecake

MGA INGREDIENTS:
PARA SA BISCUIT BASE
- 200 g Gingernut biskwit aka gingersnaps
- 100 g Mantikilya

PARA SA CHEESECAKE FILLING
- 400 g Full-fat Philadelphia cream cheese
- 100 g Caster sugar
- 2 Gelatin dahon Platinum grade, gumamit ng 3 para sa isang firmer set
- 200 ML Double cream
- 100 g Greek yogurt
- 15 ml katas ng kalamansi
- 2 kutsarita ng vanilla bean paste
- 100 ML Passionfruit katas

PARA SA PASSIONFRUIT JELLY TOPPING
- 100 ML Passionfruit katas
- 100 ML sapal ng Passionfruit
- 75 g Caster sugar
- 2 dahon ng gelatin

MGA TAGUBILIN:
BISKUIT BASE
a) Iproseso ang mga luya na biskwit sa isang food processor hanggang sa maging katulad sila ng mga pinong breadcrumb.
b) Matunaw ang mantikilya at ihalo sa mga mumo ng biskwit.
c) Kutsara ang halo na ito sa base ng baking tin at pindutin pababa sa antas.

CHEESECAKE FILLING
a) Maglagay ng 2 dahon ng gelatin sa isang mangkok na puno ng malamig na tubig. Mag-iwan ng 5-19 minuto hanggang malambot.
b) Talunin ang cream cheese at asukal hanggang sa makinis.
c) Idagdag ang Greek yogurt at vanilla bean paste at ihalo.
d) Susunod, painitin ang passionfruit puree at katas ng kalamansi nang magkasama sa isang kawali hanggang mainit.
e) Alisan ng tubig ang mga sheet ng gelatin mula sa tubig, idagdag sa kawali, at ihalo hanggang sa matunaw.
f) Talunin ang mga katas ng prutas sa cheesecake batter - mabilis na mabilis kapag nabuhos na ang likido upang maiwasan itong magsimulang tumulo.

g) Idagdag ang cream at talunin hanggang sapat ang kapal para tumayo ang isang kutsara.

h) Sandok sa base ng biskwit at ipantay gamit ang isang mapurol na kutsilyo. Palamigin ng 3 oras.

PASSIONFRUIT JELLY TOPPING

a) Ilagay ang natitirang 2 dahon ng gelatin sa malamig na tubig at hayaang lumambot.

b) Ilagay ang passionfruit puree at sariwang passionfruit pulp sa isang maliit na kawali kasama ang asukal at init sa humigit-kumulang 60C/120F hanggang sa matunaw ang asukal.

c) Alisan ng tubig ang gulaman, idagdag sa kawali, at pukawin upang matunaw.

d) Hayaang lumamig sa humigit-kumulang 40C/80F pagkatapos ay ibuhos sa ibabaw ng cheesecake.

e) Ibalik ang cheesecake sa refrigerator para sa karagdagang 3 oras.

60. Ricotta cheesecake na may passion fruit

MGA INGREDIENTS:
- 4 na itlog, pinaghiwalay
- 2½ tasa ng gatas
- 200 g unsalted butter,
- natunaw at pinalamig
- 2 kutsarita ng vanilla extract
- 3 tasang self-rising na harina
- ¼ tasa ng caster sugar

LEMON CHEESECAKE FILLING
- 400g makinis na ricotta
- ½ tasa ng lemon curd
- 1 tasa ng passion fruit pulp
- ¼ tasang icing sugar

MGA TAGUBILIN:

a) Ilagay ang mga pula ng itlog, gatas, mantikilya, at banilya sa isang malaking pitsel at haluin hanggang sa maayos.

b) Pagsamahin ang harina at asukal sa isang malaking mangkok ng paghahalo at gumawa ng isang balon sa gitna.

c) Maingat na haluin ang pinaghalong itlog-gatas upang bumuo ng isang makinis na batter.

d) Talunin ang mga puti ng itlog gamit ang mga electric beater hanggang sa mabuo ang stiff peak. Dahan-dahang tiklupin ang mga puti ng itlog sa batter.

e) Piliin ang setting ng Belgian waffle.

f) Painitin muna hanggang sa umilaw ang orange na ilaw at mawala ang mga salitang HEATING.

g) Gamit ang waffle dosing cup, ibuhos ang ½ tasa ng batter sa bawat waffle square. Isara ang takip at lutuin hanggang sa matapos ang timer at tumunog ang handa na beep ng 3 beses. Itabi upang ganap na lumamig.

h) Talunin ang ricotta at lemon curd hanggang sa makinis at itabi.

i) Para sa sarsa ng passion fruit, kutsara ang pulp sa isang medium na kasirola kasama ang ½ tasa ng tubig at ang icing sugar. Haluin sa katamtamang apoy sa loob ng 5 minuto o hanggang sa makapal at madulas. Alisin at palamig.

j) Upang ihain, gupitin ang bawat waffle sa kalahating pahilis at sanwits ito ng lemon cheesecake fill. Maghain ng 2 waffle para sa bawat tao at ibuhos ang sarsa ng passion fruit.

61. Margarita creme na may mangga, at passion

MGA INGREDIENTS:
- 3 tasang Coles Brand Thickened Cream
- 1 tasang Coles Brand White Sugar
- ⅓ tasa ng sariwang katas ng kalamansi
- 3 kutsarang tequila
- 2 kutsarita ng pinong lime zest
- 1 mangga, binalatan, pitted, diced
- 1 saging, binalatan, diced
- 3 passion fruits

MGA TAGUBILIN:
a) Upang gawin ang mga creme: Sa isang medium-heavy saucepan, pakuluan ang cream at asukal sa medium-high heat, haluin hanggang matunaw ang asukal.

b) Pakuluan ng 3 minuto, patuloy na pagpapakilos, at babaan ang apoy kung kinakailangan upang maiwasang kumulo ang pinaghalong.

c) Alisin ang kasirola mula sa apoy. Ihalo ang katas ng kalamansi at tequila, at palamig ng 10 minuto. Haluin ang lime zest.

d) Gamit ang humigit-kumulang ½ tasa ng pinaghalong creme para sa bawat isa, hatiin ang crème sa walong maliliit na tasa ng dessert o baso. Takpan at palamigin hanggang itakda, hindi bababa sa 4 na oras o magdamag.

e) Para ihanda ang prutas: Sa isang malaking mangkok, pagsamahin ang mangga at saging. Gupitin ang passion fruit sa kalahati, i-scoop ang pulp at juice, at sandok ito sa mangga at saging. Dahan-dahang ihagis ang prutas upang malagyan ng passion fruit.

f) Para ihain: Sandok ang prutas sa mga creme at ihain kaagad.

62. Sables passion fruit raspberry

MGA INGREDIENTS:
- 4 onsa ng Asukal
- 6 ounces Mantikilya
- 4 na Itlog
- 8 ounces ng Cake flour
- 3 onsa harina ng almond
- ½ onsa Baking powder
- 12 ounces Cream cheese
- 3 onsa ng Asukal
- 3 ounces Passion fruit puree
- Mga raspberry na may asukal

MGA TAGUBILIN:
DOUGH:
a) Paghaluin ang mantikilya at asukal, pagkatapos ay idagdag ang buong itlog at almond flour, cake flour, at baking powder.
b) Maghurno sa 320F sa loob ng 15 minuto.
c) Kapag pinalamig, gupitin ang kuwarta sa mga bilog.

PAGPUPUNO:
d) Paghaluin ang cream cheese at passion fruit puree. Ilagay ang pagpuno sa isang pastry bag.
e) Gamit ang round tube, i-pipe ang filling papunta sa round sable at pagkatapos ay itaas ito ng isa pang sable round.
f) Palamutihan ang sable na may pulbos na asukal at raspberry.
g) Palamutihan ang sable ng sarsa ng raspberry at palamutihan ng ilang raspberry.

63. Posset ng passionfruit

MGA INGREDIENTS:
- 300 ML Double cream
- 75 gramo ng Caster sugar
- 1 limon
- 2 Passionfruit
- tsokolate; biskwit, upang ihain

MGA TAGUBILIN:
a) Ilagay ang cream at asukal sa isang kawali at pakuluan, ihalo hanggang matunaw ang asukal.
b) Grate ang balat mula sa lemon at ihalo sa kawali na may katas.
c) Haluin ng isang minuto o higit pa hanggang sa lumapot ang timpla, pagkatapos ay alisin sa apoy.
d) Hatiin ang passionfruit, i-scoop ang mga buto, at pulp sa posset. Haluing mabuti at ibuhos sa dalawang tangkay na baso ng alak.
e) Palamigin, pagkatapos ay palamigin hanggang itakda.

64. Mango at Passionfruit Pavlova

MGA INGREDIENTS:
- 4 na puti ng itlog
- 1 tasang caster sugar
- 1 kutsarita ng puting suka
- 1 kutsarita ng gawgaw
- 1 tasang whipped cream
- 1 tasang hiniwang sariwang mangga
- ¼ tasa ng passionfruit pulp
- ¼ tasang toasted coconut

MGA TAGUBILIN:

a) Painitin ang oven sa 300°F (150°C). Iguhit ang isang baking sheet na may parchment paper.

b) Talunin ang mga puti ng itlog hanggang sa mabuo ang stiff peak. Unti-unting magdagdag ng asukal, isang kutsara sa isang pagkakataon, matalo nang mabuti pagkatapos ng bawat karagdagan.

c) Lagyan ng suka at gawgaw at haluin hanggang sa pagsamahin lang.

d) Ilagay ang halo sa inihandang baking sheet upang bumuo ng 8-pulgada (20-cm) na bilog.

e) Gamit ang isang spatula, lumikha ng isang balon sa gitna ng pavlova.

f) Maghurno ng 1 oras o hanggang ang pavlova ay malutong sa labas at malambot sa loob.

g) Hayaang lumamig nang lubusan.

h) Ikalat ang whipped cream sa ibabaw ng pavlova. Idagdag ang hiniwang mangga at lagyan ng passionfruit pulp. Budburan ng toasted coconut.

65. New Zealand Kiwi pavlova

MGA INGREDIENTS:
- 4 na puti ng itlog
- 1¼ tasa ng Caster (granulated) na asukal
- 1 kutsarita Puting suka
- 1 kutsarita Vanilla essence (extract)
- 1 kutsarang harina ng mais (cornstarch)
- ½ litro ng Cream
- 2 prutas ng kiwi
- 4 Passion fruit

MGA TAGUBILIN:

a) Painitin muna ang oven sa 180C. Gamit ang electric mixer, talunin ang mga puti ng itlog at asukal sa loob ng 10 minuto o hanggang sa makapal at makintab.

b) Paghaluin ang suka, banilya at harina ng mais.

c) Idagdag sa meringue. Talunin sa mataas na bilis para sa karagdagang 5 minuto. Lagyan ng baking paper ang oven tray (Huwag lagyan ng grasa).

d) Gumuhit ng 22 cm na bilog sa baking paper. Ikalat ang pinaghalong pavlova sa loob ng 2 cm ng gilid ng bilog, pinapanatili ang hugis bilang bilog at kahit na posible.

e) Makinis na ibabaw sa ibabaw. Ilagay ang pavlova sa oven pagkatapos ay ibaba ang temperatura ng oven sa 100C. Maghurno ng pavlova ng 1 oras. Patayin ang oven. Buksan nang bahagya ang pinto ng oven at iwanan ang pavlova sa oven hanggang sa lumamig. Maingat na iangat ang pavlova sa isang serving plate. Palamutihan ng whipped cream, hiniwang kiwi-fruit at pulp ng sariwang passionfruit.

66. Tropikal na prutas na pavlova

MGA INGREDIENTS:
- 4 na malalaking puti ng itlog sa temperatura ng silid
- 1 Kurot ng asin
- 225 gramo ng asukal sa caster
- 2 kutsarita ng harina ng mais
- 1 Pinches cream ng tartar
- 1 kutsarita ng White wine vinegar
- 4 na patak ng vanilla extract
- 2 Passion fruit
- hinog na tropikal na prutas tulad ng mangga; kiwi, star fruit at cape gooseberries
- 150 mililitro Double cream
- 200 mililitro creme fraiche

MGA TAGUBILIN:
a) Painitin muna ang oven sa 150c/300f/Gas 2.
b) Iguhit ang isang baking sheet na may non-stick baking parchment at gumuhit sa isang 22cm/9" na bilog. Para sa Meringue: Haluin ang mga puti ng itlog at asin sa isang malaki at malinis na mangkok hanggang sa magkaroon ng stiff peak.
c) Haluin ang asukal sa pangatlo sa isang pagkakataon, paghaluin ng mabuti sa pagitan ng bawat karagdagan hanggang sa matigas at napakakintab. Iwiwisik ang harina ng mais, cream ng tartar, suka at vanilla extract at dahan-dahang itupi.
d) Itambak ang meringue sa papel sa loob ng bilog, siguraduhing may malaking guwang sa gitna.
e) Ilagay sa oven at agad na bawasan ang init sa 120c/250f/Gas ¼ at lutuin ng 1½-2 oras hanggang sa maputlang kayumanggi ngunit medyo malambot sa gitna. I-off ang oven, iwanang bahagyang nakaawang ang pinto at hayaang ganap na lumamig.
f) Para sa Pagpuno: Hatiin sa kalahati ang passion fruit at i-scoop ang pulp. Balatan at hiwain ang iyong piniling prutas kung kinakailangan.
g) Ilagay ang cream sa isang mangkok at latigo hanggang makapal, at pagkatapos ay tiklupin ang creme fraiche. Balatan ang papel sa pavlova at ilagay sa isang plato.
h) Itambak ang pinaghalong cream at ayusin ang prutas sa itaas, tinatapos sa pulp ng passion fruit. Ihain nang sabay-sabay.

67. No-Bake Passion Fruit Cobbler

MGA INGREDIENTS:
- 6 passion fruits, sapal na sinandok
- 1 kutsarang katas ng kalamansi
- ¼ tasa ng butil na asukal
- 1 kutsarita vanilla extract
- 1 tasang durog na shortbread cookies
- ¼ tasang hinimay na niyog
- 2 kutsarang pulot
- 2 kutsarang unsalted butter, natunaw

MGA TAGUBILIN:
a) Sa isang bowl, pagsamahin ang passion fruit pulp, lime juice, granulated sugar, at vanilla extract. Haluing mabuti.
b) Sa isa pang mangkok, paghaluin ang dinurog na shortbread cookies, ginutay-gutay na niyog, pulot, at tinunaw na mantikilya hanggang sa gumuho.
c) Kumuha ng mga indibidwal na serving dish at i-layer ang pinaghalong passion fruit na sinusundan ng cookie mixture.
d) Ulitin ang mga layer hanggang magamit ang lahat ng sangkap, na nagtatapos sa pinaghalong cookie sa itaas.
e) Palamigin nang hindi bababa sa 1 oras upang hayaang maghalo ang mga lasa.
f) Ihain ang pinalamig at lasapin ang kakaibang tropikal na lasa ng passion fruit!

68. Passion Fruit Sorbet

MGA INGREDIENTS:
- 1 kutsarita ng pulbos na gulaman
- 2 limon
- 9 na onsa ng butil na asukal
- 8 passion fruits

MGA TAGUBILIN:

a) Magsukat ng 2 kutsarang tubig sa isang maliit na mangkok o tasa, iwisik ang gelatin, at hayaang tumayo ng 5 minuto. Pigain ang katas mula sa mga limon.

b) Ilagay ang asukal sa isang kasirola at magdagdag ng 300ml/½ pint na tubig. Init nang malumanay, pagpapakilos, hanggang sa matunaw ang asukal. Dagdagan ang apoy at mabilis na pakuluan ng mga 5 minuto hanggang sa magmukhang syrupy ang timpla.

c) Alisin sa apoy, ilagay ang lemon juice pagkatapos ay haluin ang gelatin hanggang sa matunaw.

d) Hatiin ang mga passion fruit at, gamit ang isang maliit na kutsara, i-scoop ang mga buto at pulp sa syrup. Iwanan upang lumamig.

e) Takpan at palamigin ng hindi bababa sa 30 minuto o hanggang sa lumamig na mabuti.

f) Ipasa ang pinalamig na syrup sa pamamagitan ng isang non-metallic sieve upang alisin ang mga buto.

g) Ilagay ang timpla sa ice cream machine at i-freeze ayon sa mga direksyon.

h) Ilipat sa isang angkop na lalagyan at i-freeze hanggang kinakailangan.

69. Guava Passion Fruit Sorbet

MGA INGREDIENTS:
- 2 tasang bayabas pulp (sariwa o frozen)
- ½ tasa ng passion fruit pulp (sariwa o frozen)
- ½ tasang asukal
- Katas ng 1 kalamansi

MGA TAGUBILIN:

a) Sa blender o food processor, pagsamahin ang guava pulp, passion fruit pulp, asukal, at lime juice. Haluin hanggang makinis.

b) Ibuhos ang timpla sa isang tagagawa ng ice cream at i-churn ayon sa mga direksyon ng gumawa.

c) Kapag na-churn, ilipat ang sorbet sa isang nakatakip na lalagyan at i-freeze ito ng ilang oras upang matigas.

d) Ihain ang guava passion fruit sorbet sa mga pinalamig na mangkok o baso para sa matamis at mabangong tropikal na dessert.

70. Avocado–passion fruit sorbet

MGA INGREDIENTS:
- 2 tasang sariwa o lasaw na frozen passion fruit puree
- ¾ tasa at 2 kutsarang asukal
- 2 maliit na hinog na abukado
- ½ kutsarita ng kosher na asin
- 1 kutsarang sariwang kinatas na katas ng kalamansi

MGA TAGUBILIN:

a) Sa isang maliit na kasirola, pagsamahin ang passion fruit puree at asukal.

b) Magluto sa medium-high heat, pagpapakilos, hanggang sa matunaw ang asukal.

c) Alisin mula sa init at payagan ang paglamig sa temperatura ng silid.

d) Gupitin ang mga avocado sa kalahating pahaba. Alisin ang mga hukay at i-scoop ang laman sa isang blender o food processor.

e) Idagdag ang pinalamig na pinaghalong passion fruit at ang asin at iproseso hanggang makinis, i-scrap ang mga gilid ng blender jar o bowl kung kinakailangan.

f) Idagdag ang katas ng kalamansi at iproseso hanggang sa pinagsama. Ibuhos ang halo sa isang mangkok, takpan, at palamigin hanggang sa malamig, mga 2 oras.

g) I-freeze at i-churn sa isang gumagawa ng ice cream ayon sa mga direksyon ng gumawa.

h) Para sa isang malambot na pagkakapare-pareho, ihain kaagad ang sorbet; para sa mas matatag na pagkakapare-pareho, ilipat ito sa isang lalagyan, takpan ito, at hayaang tumigas sa freezer sa loob ng 2 hanggang 3 oras.

MGA CONDIMENTS

71. Passion fruit caramel sauce

MGA INGREDIENTS:
- 2 tasang asukal
- ½ tasang tubig
- 2 kutsarita ng light corn syrup
- 1⅓ tasa ng passion fruit puree
- 4 tablespoons unsalted butter, gupitin sa mga piraso
- ½ kutsarita ng kosher na asin

MGA TAGUBILIN:
a)   Sa isang malaking heavy-bottomed saucepan, pagsamahin ang asukal, tubig, at corn syrup. Pakuluan sa katamtamang init, haluin upang matunaw ang asukal at paminsan-minsan ay i-brush ang mga gilid ng kawali gamit ang isang basang pastry brush upang mahugasan ang anumang mga kristal ng asukal.

b)   Dagdagan ang init sa medium-high at hayaang kumulo nang hindi hinahalo hanggang ang syrup ay madilim na amber, mga 8 minuto.

c)   Alisin ang kawali mula sa init. Maingat na idagdag ang passion fruit puree (ito ay bula at tumilamsik, kaya mag-ingat sa pagbuhos nito), mantikilya, asin, at whisk upang maisama hangga't maaari (ang karamelo ay titigas ng kaunti).

d)   Ilagay ang kawali sa medium-low heat, dalhin sa isang kumulo, at lutuin, pagpapakilos, hanggang sa matunaw ang karamelo at maging makinis ang sarsa. Alisin mula sa init at hayaang lumamig. Naka-imbak sa isang lalagyan ng airtight sa refrigerator, ang sarsa ay mananatili nang hanggang 10 araw.

e)   Ihain ang sarsa nang mainit o sa temperatura ng kuwarto.

72. Grapefruit passion curd

MGA INGREDIENTS:
- ¼ tasa ng passion fruit puree
- 3 kutsarang asukal
- 1 itlog
- ½ gelatin sheet
- 6 na kutsarang napakalamig na mantikilya
- ¼ kutsarita ng kosher na asin
- 1 malaking suha
- 1 kutsarita ng grapeseed oil

MGA TAGUBILIN:

a) Ilagay ang passion fruit puree at asukal sa isang blender at timpla hanggang sa matunaw ang mga butil ng asukal. Idagdag ang itlog at timpla nang mababa hanggang sa magkaroon ka ng maliwanag na orange-dilaw na timpla. Ilipat ang mga nilalaman ng blender sa isang katamtamang palayok o kasirola. Linisin ang blender canister.

b) Pamumulaklak ng gulaman.

c) Painitin ang pinaghalong passion fruit sa mahinang apoy, regular na paghahalo. Habang umiinit, magsisimula itong kumapal; pagmasdan itong mabuti. Kapag kumulo na ang timpla, alisin ito sa kalan at ilipat sa blender. Idagdag ang namumulaklak na gulaman, mantikilya, at asin at timpla hanggang ang timpla ay makapal, makintab, at napakakinis.

d) Ilipat ang timpla sa isang lalagyan na hindi tinatablan ng init, at ilagay sa refrigerator sa loob ng 30 hanggang 60 minuto, hanggang sa ganap na lumamig ang passion fruit curd.

e) Habang lumalamig ang passion fruit curd, gumamit ng paring knife upang maingat na alisin ang balat sa suha. Pagkatapos ay maingat na alisin ang bawat bahagi ng suha mula sa mga lamad nito sa pamamagitan ng paghiwa sa magkabilang panig ng bawat bahagi, kasama ang lamad, hanggang sa gitna ng prutas; dapat lumabas kaagad ang mga segment.

f) Ilagay ang mga segment ng grapefruit sa isang maliit na kasirola na may langis ng grapeseed at painitin sa mahinang apoy, paminsan-minsan at malumanay na hinahalo gamit ang isang kutsara. Pagkatapos ng humigit-kumulang 2 minuto, ang mainit na mantika ay makakatulong sa paghihiwalay at pag-encapsulate sa indibidwal na "mga sinulid" ng grapefruit. Alisin mula sa apoy at hayaang lumamig nang bahagya ang mga sinulid bago magpatuloy.

g) Gamit ang isang kutsara o rubber spatula, dahan-dahang pukawin ang mga sinulid ng grapefruit sa pinalamig na passion fruit curd. Gamitin kaagad, o ilipat sa isang lalagyan ng airtight at iimbak sa refrigerator nang hanggang 1 linggo.

73. Passion fruit curd

MGA INGREDIENTS:
- ½ tasang passion fruit puree
- ⅓ tasa ng asukal
- 2 itlog
- 1 gelatin sheet
- 12 kutsarang mantikilya, napakalamig
- ½ kutsarita ng kosher na asin

MGA TAGUBILIN:
a) Ilagay ang passion fruit puree at asukal sa isang blender at timpla hanggang sa matunaw ang mga butil ng asukal. Idagdag ang mga itlog at ihalo nang mababa. Ilipat ang mga nilalaman ng blender sa isang katamtamang palayok o kasirola. Linisin ang blender canister.
b) Pamumulaklak ng gulaman.
c) Painitin ang pinaghalong passion fruit sa mahinang apoy, regular na paghahalo. Habang umiinit, magsisimula itong kumapal; pagmasdan itong mabuti. Kapag kumulo na ito, alisin ito sa kalan at ilipat sa blender. Idagdag ang namumulaklak na gulaman, mantikilya, at asin at timpla hanggang ang timpla ay makapal, makintab, at napakakinis.
d) Ilipat ang pinaghalong sa isang lalagyan na hindi tinatablan ng init, at ilagay ito sa refrigerator hanggang sa ganap na lumamig ang curd ng hindi bababa sa 30 minuto.

74. Passion Fruit Salsa

MGA INGREDIENTS:
- 2 passion fruit, inalis ang pulp
- 1 malaking kamatis, diced
- ¼ pulang sibuyas, diced
- ¼ tasa ng sariwang cilantro, tinadtad
- 1 jalapeño na paminta, pinagbinhian at diced
- 1 kutsarang katas ng kalamansi
- Asin at paminta para lumasa
- Mango(opsyonal)

MGA TAGUBILIN:

a) Sa isang mangkok, paghaluin ang pulp ng passion fruit, diced na kamatis, pulang sibuyas, cilantro, at jalapeño pepper.

b) Lagyan ng katas ng kalamansi at timplahan ng asin at paminta.

c) Palamigin sa refrigerator ng hindi bababa sa 30 minuto bago ihain.

d) Ihain na may kasamang tortilla chips o bilang isang topping para sa inihaw na isda o manok.

75. Passion Fruit Guacamole

MGA INGREDIENTS:
- 2 hinog na avocado, binalatan at minasa
- ¼tasa ng diced pulang sibuyas
- ¼tasa tinadtad sariwang cilantro
- 1 jalapeño na paminta, pinagbinhian at diced
- 2 kutsarang katas ng kalamansi
- ¼tasa ng passion fruit pulp
- Asin at paminta para lumasa

MGA TAGUBILIN:
a) Sa isang mangkok, paghaluin ang minasa na avocado, pulang sibuyas, cilantro, jalapeño pepper, katas ng kalamansi, at pulp ng passion fruit.
b) Timplahan ng asin at paminta.
c) Palamigin sa refrigerator ng hindi bababa sa 30 minuto bago ihain.
d) Ihain kasama ng tortilla chips o bilang isang topping para sa mga tacos.

76. Passion Fruit Jam

MGA INGREDIENTS:
- 4 na passion fruit
- 1 tasang asukal
- 1 kutsarang lemon juice

MGA TAGUBILIN:
a) Gupitin ang mga passion fruit sa kalahati at i-scoop ang pulp.
b) Sa isang kasirola, pagsamahin ang pulp ng passion fruit, asukal, at lemon juice.
c) Dalhin ang timpla sa isang pigsa sa katamtamang init, pagpapakilos paminsan-minsan.
d) Bawasan ang apoy sa mahina at kumulo ng mga 20 minuto hanggang sa lumapot ang timpla.
e) Alisin sa init at hayaang lumamig.
f) Ilipat ang jam sa isang isterilisadong garapon at iimbak sa refrigerator.

77. Passion Fruit Butter

MGA INGREDIENTS:
- 4 na passion fruit
- 1/2 tasa unsalted butter, pinalambot
- 2 kutsarang asukal sa pulbos

MGA TAGUBILIN:
a) Gupitin ang mga passion fruit sa kalahati at i-scoop ang pulp.
b) Sa isang mangkok, pagsamahin ang pinalambot na mantikilya, powdered sugar, at passion fruit pulp.
c) Haluing mabuti hanggang ang lahat ng mga sangkap ay ganap na maisama.
d) Ilipat ang passion fruit butter sa isang garapon o lalagyan at palamigin hanggang matibay.
e) Gamitin ang mantikilya sa toast, muffins, o bilang isang spread para sa mga dessert.

78. Passion Fruit Vinaigrette

MGA INGREDIENTS:
- 2 passion fruits
- 1/4 tasa ng langis ng oliba
- 2 kutsarang puting alak na suka
- 1 kutsarang pulot
- Asin at paminta para lumasa

MGA TAGUBILIN:
a) Gupitin ang mga passion fruit sa kalahati at i-scoop ang pulp.
b) Sa isang maliit na mangkok, haluin ang pulp ng passion fruit, olive oil, white wine vinegar, honey, asin, at paminta.
c) Ayusin ang pampalasa ayon sa iyong panlasa.
d) Gamitin ang passion fruit vinaigrette bilang dressing para sa mga salad o bilang marinade para sa mga inihaw na karne.

79. Passion Fruit Hot Sauce

MGA INGREDIENTS:
- 4 na passion fruit
- 4 na pulang sili
- 2 cloves ng bawang
- 2 kutsarang suka
- 1 kutsarang asukal
- Asin sa panlasa

MGA TAGUBILIN:

a) Gupitin ang mga passion fruit sa kalahati at i-scoop ang pulp.
b) Deseed at makinis na tumaga ang pulang sili.
c) Durugin ang mga sibuyas ng bawang.
d) Sa blender o food processor, pagsamahin ang passion fruit pulp, tinadtad na sili, durog na bawang, suka, asukal, at asin.
e) Haluin hanggang makinis.
f) Ilipat ang pinaghalong sa isang kasirola at kumulo sa mahinang apoy ng mga 10 minuto.
g) Hayaang lumamig nang lubusan ang mainit na sarsa bago ito itago sa isang isterilisadong garapon.
h) Gamitin ang mainit na sarsa ng passion fruit upang magdagdag ng kaunting init at tang sa iyong mga paboritong pagkain.

80. Passion Fruit Mayonnaise

MGA INGREDIENTS:
- 2 passion fruits
- 1/2 tasa ng mayonesa
- 1 kutsarang lemon juice
- Asin at paminta para lumasa

MGA TAGUBILIN:
a) Gupitin ang mga passion fruit sa kalahati at i-scoop ang pulp.
b) Sa isang mangkok, pagsamahin ang pulp ng passion fruit, mayonesa, lemon juice, asin, at paminta.
c) Haluing mabuti hanggang ang lahat ng mga sangkap ay ganap na maisama.
d) Tikman at ayusin ang pampalasa kung kinakailangan.
e) Gamitin ang mayonesa ng passion fruit bilang isang spread para sa mga sandwich, burger, o bilang isang sawsaw para sa fries.

81. Passion Fruit BBQ Sauce

MGA INGREDIENTS:
- 4 na passion fruit
- 1 tasang ketchup
- 1/4 tasa ng brown sugar
- 2 kutsarang toyo
- 1 kutsarang Worcestershire sauce
- 1 kutsarang Dijon mustard
- 1 kutsarita ng bawang pulbos
- 1 kutsarita pinausukang paprika
- Asin at paminta para lumasa

MGA TAGUBILIN:

a) Gupitin ang mga passion fruit sa kalahati at i-scoop ang pulp.
b) Sa isang kasirola, pagsamahin ang pulp ng passion fruit, ketchup, brown sugar, toyo, Worcestershire sauce, Dijon mustard, garlic powder, pinausukang paprika, asin, at paminta.
c) Haluing mabuti para pagsamahin.
d) Dalhin ang timpla sa isang kumulo sa katamtamang init, pagpapakilos paminsan-minsan.
e) Bawasan ang apoy sa mahina at hayaan itong kumulo ng mga 15-20 minuto, hanggang sa lumapot ang sauce.
f) Alisin sa init at hayaang lumamig.
g) Gamitin ang passion fruit na BBQ sauce para magpakinis ng mga inihaw na karne, bilang sawsawan, o bilang isang marinade.

82. Passion Fruit Aioli

MGA INGREDIENTS:
- 2 passion fruits
- 1/2 tasa ng mayonesa
- 1 sibuyas na bawang, tinadtad
- Juice ng 1 lemon
- Asin at paminta para lumasa

MGA TAGUBILIN:
a) Gupitin ang mga passion fruit sa kalahati at i-scoop ang pulp.
b) Sa isang mangkok, pagsamahin ang pulp ng passion fruit, mayonesa, tinadtad na bawang, lemon juice, asin, at paminta.
c) Haluing mabuti hanggang ang lahat ng mga sangkap ay ganap na maisama.
d) Ayusin ang pampalasa ayon sa iyong panlasa.
e) Gamitin ang passion fruit na aioli bilang dipping sauce para sa fries, isang spread para sa mga sandwich, o bilang isang condiment para sa seafood.

83. Passion Fruit Chutney

MGA INGREDIENTS:
- 4 na passion fruit
- 1/2 tasa tinadtad na pinya
- 1/4 tasa tinadtad na pulang sibuyas
- 1/4 tasa ng mga pasas
- 2 kutsarang brown sugar
- 2 kutsarang apple cider vinegar
- 1 kutsarita gadgad na luya
- 1/4 kutsarita ng giniling na kanela
- 1/4 kutsarita na giniling na mga clove
- Asin sa panlasa

MGA TAGUBILIN:
a) Gupitin ang mga passion fruit sa kalahati at i-scoop ang pulp.
b) Sa isang kasirola, pagsamahin ang pulp ng passion fruit, tinadtad na pinya, tinadtad na pulang sibuyas, pasas, brown sugar, apple cider vinegar, gadgad na luya, giniling na kanela, giniling na mga clove, at asin.
c) Haluing mabuti para pagsamahin.
d) Pakuluan ang timpla sa katamtamang init, pagkatapos ay bawasan ang apoy sa mahina at hayaang kumulo ito ng mga 30 minuto, paminsan-minsang pagpapakilos.
e) Alisin sa init at hayaang lumamig.
f) Ilipat ang chutney sa isang isterilisadong garapon at iimbak sa refrigerator.
g) Gamitin ang passion fruit chutney bilang pampalasa na may mga inihaw na karne, sandwich, o cheese platters.

84. Passion Fruit Mustard

MGA INGREDIENTS:
- 4 na passion fruit
- 1/2 tasa ng Dijon mustard
- 1 kutsarang pulot
- 1 kutsarita apple cider vinegar
- Asin at paminta para lumasa

MGA TAGUBILIN:
a) Gupitin ang mga passion fruit sa kalahati at i-scoop ang pulp.
b) Sa isang mangkok, pagsamahin ang pulp ng passion fruit, Dijon mustard, honey, apple cider vinegar, asin, at paminta.
c) Haluing mabuti hanggang ang lahat ng mga sangkap ay ganap na maisama.
d) Tikman at ayusin ang pampalasa kung kinakailangan.
e) Gamitin ang passion fruit mustard bilang pampalasa para sa mga sandwich, burger, o bilang pansawsaw na sarsa.

MGA COCKTAIL AT MOCKTAIL

85. Passion Fruit Boba Tea

MGA INGREDIENTS:
- 1 Litro ng Tubig
- 4 na Green Tea Bag
- 120 g Black Tapioca Pearls
- 40 ML Maple Syrup
- 8 Passion Fruits
- 240 ML na Inumin ng Niyog

MGA TAGUBILIN:
a) Pakuluan ang ibinigay na tubig, ibuhos ito sa isang mangkok, at idagdag ang mga green tea bag.
b) Hayaang matarik ang mga ito ng 5 minuto, at pagkatapos ay alisin ang mga ito.
c) Hayaang lumamig nang buo ang green tea sa refrigerator.
d) Samantala, pakuluan ang isang palayok ng tubig at ilagay ang tapioca pearls.
e) Sa sandaling lumutang sila sa ibabaw, takpan ang palayok, at lutuin ang mga ito sa loob ng 3 minuto.
f) Pagkatapos, patayin ang apoy at panatilihin ang mga perlas sa loob ng palayok para sa 3 higit pang minuto.
g) Ngayon, alisan ng tubig ang pagluluto at idagdag ang mga perlas sa isang mangkok na puno ng malamig na tubig.
h) Hayaang lumamig sa loob ng 20 segundo at alisan ng tubig muli.
i) Paghaluin ang tapioca balls na may maple syrup.
j) I-scoop ang pulp ng mga passion fruit sa isang fine-mesh sieve at salain ang juice sa isang mangkok.
k) Upang tipunin ang boba tea, hatiin ang mga bolang tapioca sa matataas na baso at pagkatapos ay ibuhos ang passion fruit juice at malamig na green tea.

86. Passion fruit tubig yelo

MGA INGREDIENTS:
- 12 hinog na passion fruit
- 1 tasang tubig
- ¾ tasa ng superfine na asukal
- 1 kutsarang orange juice
- 1 kutsarita ng lemon juice

MGA TAGUBILIN:
a) Kunin ang lahat ng pulp at juice ng prutas at salain sa isang mangkok upang alisin ang mga itim na buto. Haluin ang tubig, asukal, at juice. Palamigin ng halos 30 minuto habang natutunaw ang asukal. Haluin paminsan-minsan.
b) Ibuhos ang pinaghalong sa isang lalagyan ng freezer at i-freeze hanggang halos matigas, hinahalo at mabubuwag sa mga kristal nang isa o dalawang beses.
c) Kapag handa nang ihain, hatiin ang tubig na yelo gamit ang isang tinidor hanggang sa magkaroon ito ng butil-butil na pagkakapare-pareho.
d) Ihain na may kasamang panna cotta o crème Brûlée at kaunting sariwang passion fruit juice na ibinuhos sa huling sandali.

87. Palamig ng Passion Fruit

MGA INGREDIENTS:
- 1 onsa orange juice
- ½ onsa lemon juice
- ½ onsa gin
- 1 ½ ounces light rum
- 3 ounces passion fruit nectar

MGA TAGUBILIN:
a) Punan ang cocktail shaker ng yelo.
b) Magdagdag ng mga juice, gin, rum, at passion fruit nectar.
c) Iling.
d) Salain sa isang baso ng highball na may yelo.

88. Kalmadong Paglalakbay

MGA INGREDIENTS:
- ½ onsa Galliano
- ½ onsa passion fruit syrup
- 2 kutsarita ng lemon juice
- ½ onsa light rum
- ½ itlog
- ⅓ tasang dinurog na yelo

MGA TAGUBILIN:

a) Ibuhos ang Galliano, passion fruit syrup, lemon juice, rum, kalahating itlog, at durog na yelo sa isang blender.

b) Haluin sa mababang bilis ng 15 segundo.

c) Ibuhos sa isang pinalamig na malalim na platito ng champagne na baso.

89. Butterfly Pea at Yellow citronade

MGA INGREDIENTS:
CITRONADE SYRUP:
- 80 g ng stevia
- 25g ng asukal
- 250ml na tubig
- 4 na mandarin
- 6 na limon
- 4 na kalamansi

PARA MAGBUO NG COCKTAIL:
- 1 tasa ng Butterfly pea tea
- tubig ng soda
- dinurog na yelo

GARNISHES:
- Mga hiwa ng pinatuyong sitrus
- Passion Fruit
- Nakakain na mga bulaklak

MGA TAGUBILIN:
CITRONADE SYRUP:
a) Upang gawin ang citronade syrup, i-dissolve ang stevia at asukal sa 250 ML na tubig.
b) Zest ang mandarins, lemons, at limes at idagdag sa matamis na syrup.
c) Juice ang citrus at idagdag sa halo.
d) Takpan, at hayaang magdamag ang zest sa refrigerator.
e) Gamit ang isang salaan, salain ang zest at ang pulp sa isang malinis na pitsel.
f) Punan ang isang mataas na baso ng dinurog na yelo.

PARA MAGBUO NG COCKTAIL
g) Upang gawin ang mga layer, idagdag ang iyong citronade syrup sa humigit-kumulang ¼ o ⅓ ng baso. Top up ng yelo.
h) Susunod, idagdag ang soda water.
i) Dahan-dahang idagdag ang butterfly pea tea sa yelo sa pamamagitan ng pagbuhos nito sa likod ng kutsara.
j) Haluin nang malumanay upang paghaluin ang mga layer ng lasa at idagdag ang mga toppings.

90. Passion Fruit At Mace Mocktail

MGA INGREDIENTS:
- 1 talim na pinatuyong mace,
- 4 na kutsarang asukal
- Pulp mula sa 4 na passion fruit
- yelo

MGA TAGUBILIN:

a)   Gilingin ang tuyong mace at asukal.

b)   Sa isang kawali, pagsamahin ang mace mixture na may 12 onsa ng tubig at pakuluan.

c)   Idagdag ang passion pulp sa kasirola at lutuin ng 2 minuto hanggang matunaw ang asukal.

d)   Alisin ang apoy at hayaang lumamig.

e)   Magdagdag ng ilang ice cube sa 4 na baso, ibuhos ang mocktail sa yelo, at magsaya.

91. Colombiana

MGA INGREDIENTS:
- 1½ ounces na may edad na Colombian rum
- ¼ ounces passion fruit syrup
- 2 ounces ng dugo orange soda
- 12 ounces ng Ginger Ale
- 10 gramo ng tamarind
- Citrus Fruit slice, para palamuti

MGA TAGUBILIN:
a) Punan ang cocktail shaker ng yelo.
b) Idagdag ang lahat ng sangkap at iling.
c) Salain at palamuti.

92. Fruited herbal iced tea

MGA INGREDIENTS:
- 1 Bag Passion tea
- Orange na gulong
- dahon ng mint
- 4 tasang Tubig
- 2 tasang sariwang orange juice

MGA TAGUBILIN:

a) Ilagay ang bag ng tsaa sa kumukulong tubig at Hayaang matarik ng 5 minuto.

b) Alisin ang bag ng tsaa. Ibuhos ang tsaa sa isang pitsel na puno ng yelo.

c) Punan ng tubig ang natitirang espasyo sa pitsel.

d) Punan ang isang cocktail shaker ng brewed tea at orange juice.

e) Iling at pilitin sa isang basong puno ng yelo.

f) Tapusin gamit ang orange na gulong at dahon ng mint.

93. Passion fruit-mint iced tea

MGA INGREDIENTS:
- 6 na bag ng tsaa
- 4 tasang tubig na kumukulo
- tasa sariwang mint
- ¼ tasa ng Asukal
- tasa ng Passion fruit juice; sariwa o nagyelo

MGA TAGUBILIN:
a) Ilagay ang mga tea bag at mint sa isang lalagyan.
b) Ibuhos ang kumukulong tubig sa kanila.
c) Hayaang matarik sa loob ng 10 minuto.
d) Idagdag ang asukal para matunaw.
e) Idagdag ang passion fruit juice at salain sa yelo.
f) Palamutihan ng mga sprigs ng sariwang mint.

94. Baccarat Rouge

MGA INGREDIENTS:
- 2 onsa Tequila
- 1 onsa katas ng Passion fruit
- ¼ onsa Allspice Dram
- ¼ onsa katas ng kalamansi
- ¼ onsa digestif

MGA TAGUBILIN:
a) Idagdag ang lahat ng sangkap sa isang shaker lata na may yelo at iling nang malakas.
b) Salain sa isang batong baso na may sariwang yelo.
c) Palamutihan ng isang minatamis na bulaklak ng hibiscus.

95. Berry Tutti-frutti

MGA INGREDIENTS:
- 4 pounds na strawberry
- 2 libra raspberry
- 1 pound blueberries
- 2 pounds ng mga milokoton
- Dalawang 16-onsa na lata ng sour pie cherries
- 12-onsa na lata ng frozen red grape juice
- 12-ounce lata pinya, saging, passion fruit inumin
- 6 na libra ng asukal
- 2 libra ng light honey
- sapat na tubig para makabuo ng limang galon
- 10 kutsarita acid timpla
- 1½ kutsarita ng tannin
- 2½ kutsarita ng pectic enzyme
- 6 kutsarita ng pampaalsa na pampalusog
- 5 Campden tablets, durog (opsyonal)
- 1 pakete ng champagne yeast

MGA TAGUBILIN:
a) Ihanda ang lahat ng prutas at ilagay ito sa isang malaki o dalawang mas maliit na nylon straining bag. I-thaw ang mga juice. Ilagay ang mga ito sa ilalim ng isang sanitized na pangunahing fermenter.
b) Pakuluan ang humigit-kumulang 1 hanggang 2 galon ng tubig na may asukal at pulot, depende sa kung gaano kalaki ang isang takure. Skim kung kinakailangan.
c) Ibuhos ang mainit na tubig ng asukal sa mga prutas at juice. Idagdag ang natitirang tubig na kailangan upang mabuo ang limang galon at lampas ng kaunti.
d) Idagdag ang yeast nutrient, acid, at tannin, kasama ang Campden tablets, kung pipiliin mong gamitin ang mga ito.
e) Takpan at lagyan ng airlock. Kung gagamitin mo ang Campden tablets, maghintay ng hindi bababa sa 12 oras bago idagdag ang pectic enzyme. Sa isa pang 12-24 na oras, suriin ang PA at idagdag ang lebadura.
f) Haluin araw-araw. Sa isang linggo o dalawa, ilabas ang mga supot ng prutas, at hayaang maubos ang mga ito nang hindi pinipiga. Itapon ang prutas. Tingnan ang dami ng alak at ang PA. Kung kailangan mong magdagdag ng mas maraming tubig, gawin. Kung mayroon kang kaunti, huwag mag-alala. Masyadong maikli ang buhay.
g) Kapag bumaba ang PA sa 2 hanggang 3 porsiyento, ilagay ang alak sa isang basong carboy, at ilagay ito ng airlock.
h) I-rack ito ng dalawang beses pa sa susunod na anim na buwan o higit pa. Maghintay hanggang maalis ang alak at ito ay mag-ferment out.
i) I-bote ito sa malalaking at regular na laki na mga bote. Maghintay ng anim na buwan bago subukan.

96. Passion fruit Brandywine

MGA INGREDIENTS:
- 6 Passion fruit
- 1 bote ng tuyong puting alak
- 1 kutsarang honey fluid ounces brandy

MGA TAGUBILIN:

a) I-squeeze ang laman at pips ng passion fruit sa isang glass jar na may takip. Idagdag ang puting alak.
b) Takpan, kalugin, at panatilihing malamig at madilim sa loob ng 5 araw.
c) Pagkatapos ay salain ang alak sa isang kasirola. Idagdag ang pulot at init ng malumanay hanggang sa matunaw ang pulot.
d) Hayaang lumamig, at idagdag ang brandy, bote, at takip.

97. Passion Fruit Mojito

MGA INGREDIENTS:
- 2 onsa puting rum
- 1 onsa passion fruit juice
- 1 onsa katas ng kalamansi
- 1 kutsarang asukal
- 6-8 sariwang dahon ng mint
- Tubig ng soda
- Durog na yelo
- Mint sprig at lime wedge para sa dekorasyon

MGA TAGUBILIN:
a) Sa isang cocktail shaker, pagsama-samahin ang mga dahon ng mint, katas ng kalamansi, at asukal.
b) Idagdag ang white rum at passion fruit juice sa shaker.
c) Punan ang shaker ng yelo at iling mabuti upang pagsamahin.
d) Salain ang pinaghalong sa isang basong puno ng dinurog na yelo.
e) Itaas na may tubig na soda.
f) Palamutihan ng mint sprig at lime wedge.
g) Tangkilikin ang iyong nakakapreskong passion fruit mojito!

98. Passion Fruit Espresso Sour

MGA INGREDIENTS:
- 2 ounces passion fruit puree o juice
- 1 ½ ounces espresso o matapang na brewed na kape, pinalamig
- 2 ounces bourbon o whisky
- ¾ onsa sariwang lemon juice
- ½ onsa simpleng syrup
- yelo
- Lemon twist, para sa dekorasyon (opsyonal)

MGA TAGUBILIN:
a) Punan ang isang cocktail shaker ng yelo.
b) Idagdag ang passion fruit puree o juice, espresso o kape, bourbon o whisky, sariwang lemon juice, at simpleng syrup sa shaker.
c) Iling ang pinaghalong masigla nang mga 15-20 segundo upang pagsamahin at palamigin ang mga sangkap.
d) Salain ang cocktail sa isang rocks glass na puno ng yelo.
e) Palamutihan ng lemon twist, kung ninanais.
f) Ihain at tamasahin ang iyong Passion Fruit Espresso Sour!

99. Passion Fruit Piña Colada

MGA INGREDIENTS:
- 2 onsa puting rum
- 2 ounces pineapple juice
- 2 ounces coconut cream
- 1 onsa passion fruit juice
- Pineapple wedge at cherry para sa dekorasyon
- Yelo

MGA TAGUBILIN:
a) Sa isang blender, pagsamahin ang puting rum, pineapple juice, coconut cream, passion fruit juice, at ice cubes.
b) Haluin hanggang makinis at mabula.
c) Ibuhos ang halo sa isang baso.
d) Palamutihan ng pineapple wedge at cherry.
e) Humigop at dalhin ang iyong sarili sa isang tropikal na paraiso na may ganitong passion fruit na piña colada!

100. Passion Fruit Lemonade

MGA INGREDIENTS:
- 2 ounces passion fruit juice
- 2 ounces lemon juice
- 2 onsa simpleng syrup
- 4 ounces sparkling na tubig
- Mga hiwa ng lemon at sariwang dahon ng mint para sa dekorasyon
- Yelo

MGA TAGUBILIN:
a) Sa isang baso, pagsamahin ang passion fruit juice, lemon juice, at simpleng syrup.
b) Haluing mabuti para mahalo.
c) Magdagdag ng ice cubes sa baso.
d) Itaas na may sparkling na tubig.
e) Palamutihan ng mga hiwa ng lemon at sariwang dahon ng mint.
f) Tikman ang tangy at nakakapreskong lasa ng passion fruit lemonade!

KONGKLUSYON

Umaasa kami na ang cookbook na ito ay nagbigay inspirasyon sa iyo na maging malikhain sa passion fruit sa kusina. Naghahanap ka man ng bagong recipe ng dessert na magpapabilib sa iyong mga bisita o ng kakaibang twist sa isang klasikong ulam, ang passion fruit ay ang perpektong sangkap para magdagdag ng sarap at excitement sa anumang pagkain.

Kaya, sige at subukan ang ilan sa mga recipe sa aklat na ito, mag-eksperimento sa iyong mga ideya, at higit sa lahat, magsaya! Tandaan, ang pagluluto ay tungkol sa pagtuklas at pagtangkilik sa mga lasa ng iba't ibang sangkap, at sa passion fruit, ang mga posibilidad ay tunay na walang katapusang. Maligayang pagluluto!

www.ingramcontent.com/pod-product-compliance
Lightning Source LLC
Chambersburg PA
CBHW071822110526
44591CB00011B/1186